எப்படி? இப்படி!

பட்டுக்கோட்டை பிரபாகர்

டிஸ்கவரி பப்ளிகேஷன்ஸ்

எண்: 9, பிளாட் எண்: 1080A, ரோஹிணி பிளாட்ஸ்
முனுசாமி சாலை, கே.கே.நகர் மேற்கு,
சென்னை - 600 078. பேச: 99404 46650

வெளியீட்டு எண்: 0150

எப்படி? இப்படி! (கட்டுரைகள்)
ஆசிரியர்: பட்டுக்கோட்டை பிரபாகர்©

EPPADI IPPADI (Essays)
Author: **Pattukkottai Prabakar**©

1st Edition: June-2016; 2nd Edition: Feb-2022
3rd Edition: Nov-2023
ISBN: 978-93-84301-87-3
152 Pages
Rs.170

Publisher • *Sales Rights*

Discovery Publications
No. 9, Plot,1080A, Rohini Flats,
Munusamy Salai,
K.K.Nagar West, Chennai - 78.
Tamilnadu, India.
Mobile: +91 99404 46650

Discovery Book Palace (P) Ltd
No. 1055-B, Munusamy Salai,
K.K.Nagar West,
Chennai-600 078.
Ph: (044) 4855 7525
Mobile: +91 87545 07070

discoverybookpalace@gmail.com / www.discoverybookpalace.com

இந்த நூலில் பிரசுரமாகியுள்ள எந்த ஒரு பகுதியையும் எழுத்துபூர்வமான முன்அனுமதி பெறாமல் எடுத்தாள்வதோ, மறுபிரசுரம் செய்வதோ, மொழியாக்கம் செய்வதோ, ஊடகங்களில் மறுபதிப்புச் செய்வதோ, காப்புரிமைச் சட்டப்படி தடை செய்யப்பட்டுள்ளது. இந்த நூலிலிருந்து சில பகுதிகளை மேற்கோள்காட்டி நூல்அறிமுகம் செய்யலாம்.

உங்கள் மொபைல் போனிலிருந்து ஸ்கேன் செய்து 'டிஸ்கவரி புக் பேலஸ்' மொபைல் ஆப்பை டவுன்லோடு செய்து, புத்தகங்களை வாங்குங்கள்.

காவல் துறைமீது நம்பிக்கை வரும்!

பட்டுக்கோட்டையாளர்களுக்கென்று சிந்தனை வளம் பெருக்கெடுக்கிறதே என்று வியக்கவைப்பது அவர்களது எழுத்துத் திறன். பட்டுக்கோட்டை கல்யாணசுந்தரத்தின் கவிதைகளால், முற்போக்கு சிந்தனைகளால் ஈர்க்கப்பட்ட பல்லாயிரக்கணக்கான தமிழர்களில் நானும் ஒருவன்.

வித்தியாசமான நடை... ஜனரஞ்சகமான பொருள்... சுவாரஸ்யமான காட்சிகள்... என்று ரசிகர்களைக் கவரும் வல்லமை படைத்தவர் இன்றைய பட்டுக்கோட்டையார்! இன்றைய நவீன எழுத்தாளர்களில் தனக்கென்று தனியிடம் பெற்றவர் பட்டுக்கோட்டை பிரபாகர். தடையின்றி ஓடும் இயந்திரம் போல் அவரது பேனா முனையிலிருந்து தொடர்ந்து வரும் கற்பனை வளம்தான் எத்தனை விதம்! ஒவ்வொன்றும் ஒரு விதம்!

க்ரைம் சம்பந்தப்பட்ட கதைகளால் கவரப்படாதவர்கள் இருக்க முடியாது. பெர்ரி மேசன், ஷெர்லக் ஹோம்ஸ், ஹெர்க்யூல் பாய்ரெட், ஃபாதர் ப்ரொளன், துப்பறியும் சாம்பு போன்றவர்கள் பிரசித்திப்பெற்ற கற்பனை துப்பறியும் நிபுணர்கள். ஆனால் நிஜ நேர்வுகளில் புலன் விசாரணை ஒரு நீண்ட நெடும் பயணம். அதற்கு புத்திக் கூர்மை, சமயோஜிதம், உண்மையை புடம் போட்டுத் திரட்டும் திறனாய்வு, பொறுமை இவை அனைத்தும் ஒருங்கே பெற்றவர்தான் புலனாய்வில் வெற்றியடைய முடியும்.

குற்ற உலகில் சவாலாக அமைந்த குற்றங்களின் தன்மை பலருக்குத் தெரிந்திருக்க வாய்ப்பில்லை. அவற்றைத் திரட்டி ஆராய்ந்து சுவைபட படைத்திருக்கிறார் பிரபாகர் அவர்கள். 'எப்படி? இப்படி!' அற்புத படைப்பு. அதில் பிரதானமாக தடயங்கள் எவ்வாறு புலனாய்விற்கு உதவின என்பதை தெளிவுபடுத்தியுள்ளார்.

டி.என்.ஏ. மரபணு ஆய்வு மூலம் குற்றவாளியாக வழக்கின் விசாரணை அதிகாரியால் பொய்யாக ஜோடிக்கப்பட்ட கிப்ஸ் விடுதலையடைந்தது மட்டுமல்ல, விசாரணை அதிகாரிக்கு கடும் சிறை தண்டனை விதிக்கப்பட்டது விறுவிறுப்பான வழக்கு.

நிரபராதியை வெளிக்கொணரும் அமைப்பு 'இன்னொசன்ஸ ப்ராஜக்ட்' நல்ல ஒரு தகவல். நம் நாட்டிற்கும் தேவையான அமைப்பு. அப்போதுதான் பல குற்றவாளிகள் தப்பிக்கலாம் ஆனால் ஒரு நிரபராதி தண்டிக்கப்படக்கூடாது என்ற உயர் நிலையை அடைய முடியும்.

சார்லி சாப்ளின் புகழ் பெற்ற ஹாலிவுட் சிரிப்பு நடிகர். அவர் பற்றிய அரிய அந்தரங்க தகவல்கள், அமெரிக்க உளவுத் துறை தொந்தரவுகள், காதல் மர்மங்கள், கடைசி கால வன்மங்கள் போன்றவை சுவாரசியமான தகவல் திரட்டு.

சைக்கோ குற்றவாளி டட்ரோக்ஸ் கதை, மனம் பதைபதைக்கும் சிகப்பு ரோஜா விதமான கதை. சைக்கோ குற்றவாளிகள் மனநிலை பாதிக்கப்பட்டவர்கள் சந்தேகமில்லை.

ஆஷ் துரையை சுட்டுக்கொன்ற சுதந்திரப் போராளி வாஞ்சிநாதனின் சாகசமும் விவரிக்கப்பட்டுள்ளது.

சாட்சிகள் பொய்யுரைக்கலாம் ஆனால் சாட்சியங்கள் உண்மையை நிரூபிக்கும். இது என்றென்றும் மாறுபடாத நிலையான கூற்று. குற்றம் நடந்த இடத்தில் எவ்வாறு அரிய சிறிய தடயங்கள் புலன் விசாரணைக்கு பின் பலமாக இருக்கிறது என்பதை கட்டுரைத் தொகுப்பில் தேர்ந்தெடுக்கப்பட்ட ஒவ்வொறு நிகழ்வும் துல்லியமாக நிரூபிக்கின்றன.

பொழுதுபோக்கிற்காக வாசிக்கும் லட்சிய வாசகர்களுக்கும் புலனாய்விலும் வழக்குரைப்பதிலும் தேர்ந்த லட்சண நிபுணர்களுக்கும் ஏற்கும் வகையில் படைத்திருக்கும் பிரபாகர் பாராட்டுக்குரியவர்.

காவல்துறையின் மிக முக்கியப் பணி குற்றப் புலனாய்வு . அதன் நுணுக்கங்களை எளிதாகப் புரியும் வகையில் சொல்லியிருக்கிறார். இதைப் படிக்கும் வாசகர்களுக்கு காவல் துறை மீது நம்பிக்கையும் மதிப்பும் வரும் என்பதில் சந்தேகமில்லை.

காவல் துறை சார்பாக பட்டுக்கோட்டை பிரபாகருக்கு இதயமார்ந்த நன்றி.

நடராஜ் ஐ.பி.ஸ்.
மேனாள் டி.ஜி.பி.
மைலாப்பூர் சட்ட மன்ற உறுப்பினர்.

அன்புள்ள உங்களுக்கு...

வணக்கம்.

பள்ளி நாள்களிலிருந்தே துப்பறியும் கதைகளில் எனக்கு ஆர்வம் அதிகம். முத்து காமிக்சின் புத்தகங்களைத் தேடித்தேடிப் படித்த காலம். இரும்புக் கை மாயாவிக்கு ரசிகர் மன்றம் வைக்காததுதான் பாக்கி. துப்பறியும் கதாபாத்திரங்களில் தேவனின் சாம்பு என்னை வெகுவாகக் கவர்ந்தார். பிறகு சுஜாதாவின் கணேஷ்–வஸந்த். கல்லூரி காலத்தில் ஜேம்ஸ் ஹாட்லி சேசின் பைத்தியமானேன். ஜெய்சங்கர் நடித்த சேலம் மாடர்ன் தியேட்டர்ஸின் படங்களை விடாமல் பார்ப்பேன். அவர்தானே அப்போது தென்னகத்து ஜேம்ஸ்பாண்ட்!

ஒரு படத்தில் சி.ஐ.டியான ஜெய்சங்கர் தன் நண்பருடன் ஹோட்டல் அறையில் தங்கியிருப்பார். இருவரும் வெளியே புறப்படும்போது ஒரு சிறிய காகிதத் துண்டை மடக்கி கதவின் ஓரத்தில் செருகி வைத்து கதவை மூடுவார். 'என்ன செய்கிறாய்?' என்று நண்பர் கேட்பார். 'வா, சொல்கிறேன்' என்று அழைத்துப் போவார். வெளியே வேலை முடித்து இருவரும் திரும்புவார்கள். அந்த மடக்கப்பட்ட துண்டுச் சீட்டு கீழே கிடக்கும். 'யாரோ கதவைத் திறந்திருக்காங்க' என்பார் ஜெய். எனக்கு 'அட' என்று இருந்தது.

இதுபோல சின்னச் சின்ன ஐடியாக்களைப் படித்தாலும் பார்த்தாலும் பேசினாலும் ரசிக்கத் துவங்கினேன். நான் கதை எழுதத் துவங்கியபோது 'அட' என்று நினைக்க வைக்கிற கதைகள் அதிகம் எழுத வேண்டும் என்று ஆர்வப்பட்டேன்.

நான் எழுதிய முதல் சிறுகதையான 'அந்த மூன்று நாட்கள்' கதையில் அரைக் கிறுக்காக நடித்து ஒருவனை நம்பவைத்து அவனுக்கேத் தெரியாமல் கடத்தி வைத்து அவனுடைய பெற்றோரை பிளாக்மெயில் செய்து பணம் பெற்றபின் அவனை விடுவிப்பான் ஒருவன். தான் கடத்தப்பட்டதோ, தன்னை வைத்து மிரட்டி பணம் வாங்கப்பட்டதோ தெரியாமல் கூலாக வீட்டுக்குத் திரும்பி பெற்றோர் சொன்ன பிறகுதான் உணர்வான் அவன்.

இந்த முதல் கதை எனக்குப் பெற்றுத் தந்த பாராட்டுக்கள்தான் என்னைத் தொடர்ந்து எழுத வைத்தது. பரத், சுசிலா என்கிற துப்பறியும் ஜோடியை உருவாக்க வைத்தது. அவர்கள் காதலித்துக்கொண்டே துப்பறிந்தார்கள். இப்போதும் என்னைச் சந்திக்கும் வாசகர்கள் அவர்களை நலம் விசாரிக்கிறார்கள்.

துப்பறியும் கதைகளை எழுதும்போது எக்ஸ்ட்ரா லார்ஜ் ஆர்வம் சேர்ந்து கொள்ளும். செஸ் விளையாடுவதுபோல மூளை துறுதுறுக்கும். ஒரு புதிருக்கு விடை தேடுவது எப்படிச் சுவாரசியமான விஷயமோ அதுபோல சுவாரசியமான புதிரை உருவாக்குவது இரண்டு மடங்கு சுவாரசியமான விஷயம்.

Who done it? என்கிற குற்றத்தை யார் செய்தது என்று கண்டுபிடிக்க வைக்கும் வகையான கதைகளில் பல கதா பாத்திரங்களின் மூலம் சந்தேகத்தை விதைப்பதும்... இறுதியில் ஒரு எதிர்பாராத முடிவைத் தருவதும் சவாலான வேலை. படிக்கும்போது பரபரப்பாக இருக்க வேண்டும் என்றால் எழுதும்போது கொஞ்சம் மண்டையை உடைத்துக் கொள்ளத்தான் வேண்டியிருக்கும்.

இப்போது குற்றவாளிகளைக் கண்டுபிடிப்பதில் விஞ்ஞானத்தின் பங்கு அதிகமாக இருக்கிறது. மிகவும் குயுக்தியான, விசித்திரமான யுத்திகளுடன் குற்றங்களைச் செய்கிறார்கள் என்றால்... அதைக் கண்டுபிடிப்பதிலும் அதே மாதிரி நுணுக்கமான புத்திசாலித்தனமான அணுகுமுறைகள் அவசியமாகின்றன.

இந்தியாவின் உளவு ஸ்தாபனமான ரா (RAW) யுரேனியத்தைப் பயன்படுத்தி பாகிஸ்தான் அணு ஆயுத ஆராய்ச்சி நடத்தி வருவதை ரகசியமாக உளவு பார்த்து, அப்போது பிரதமராக இருந்த மொரார்ஜி தேசாய் அவர்களுக்கு இதை தெரிவித்தது. இந்தத் தகவலை ரா எப்படிக் கண்டுபிடித்தது தெரியுமா? பாகிஸ்தானின் அணு ஆராய்ச்சி நிகழும் கவுட்டா ஆராய்ச்சி நிலையம் அமைந்திருக்கும் பகுதியில் உள்ள சலூன்களில் வெட்டப்படும் தலைமுடிகளைச் சேகரித்து அதை ஆராய்ச்சி செய்து இந்த முக்கியமான தகவலைக் கண்டுபிடித்தது.

பல குற்ற வழக்குகளில் குற்றவாளிகளைக் கண்டுபிடிக்க சின்ன தடயங்களே உதவியாக இருந்திருக்கின்றன. சில வழக்குகளில் அந்தத் தடயங்கள் உடனடியாகக் கிடைக்காமல் பத்தாண்டுகளுக்குப் பிறகுகூட கிடைத்திருக்கின்றன. கற்பனைகளை விடவும் உண்மைகள் வித்தியாசமானவை என்பார்கள்.

இந்தப் புத்தகத்தில் இந்தியாவிலும் வெளிநாடுகளிலும் நிகழ்ந்த பல வகையான குற்ற வழக்குகளில் குற்றவாளிகளை எப்படிக் கண்டுபிடித்தார்கள் என்றும், சில விசித்திரமான குற்ற வழக்குகளைப் பற்றியும் விரிவாக எழுதியிருக்கிறேன்.

'எப்படி? இப்படி?' என்கிற இநதப் புத்தகம் 'அட' என்று உங்களைப் புருவம் உயர்த்த வைக்கும். அல்லது 'அடப்பாவிகளா' என்று அங்கலாய்க்க வைக்கும். இதைத் தொடராக வெளியிட்ட தமிழ் இந்து நாளிதழுக்கும், அதன் ஆசிரியர் அசோகன், உதவி ஆசிரியர் மாணா.பாஸ்கரன் அவர்களுக்கும் என் இதயப்பூர்வமான நன்றி.

இந்தப் புத்தகத்தில் யார் முன்னுரை எழுதினால் சிறப்பாக இருக்கும் என்று யோசித்ததில் தமிழ்நாடு காவல்துறையின் பெருமை மிக்க அதிகாரிகளில் ஒருவரான முன்னாள் டி.ஜி.பி–யும், தற்போதைய மயிலாப்பூர் சட்டமன்ற உறுப்பினருமான திரு.நடராஜ் அவர்கள்தான் நினைவுக்கு வந்தார். அவர் மிகச் சிறந்த விமர்சகரும்கூட என்பதை கர்நாடக சங்கீதம் தொடர்பான அவரின் கட்டுரைகளில் பார்த்திருப்பீர்கள். தொலைபேசியில் அழைத்து என் விருப்பத்தைச் சொன்னதும் உடனே ஆர்வமாக ஒப்புக்கொண்டார். அழகான முன்னுரை கிடைத்தது. அவருக்கும் எனது மனப்பூர்வமான சல்யூட்டுடன் கூடிய நன்றி.

இந்தத் தொடரின் முதல் பகுதி வெளிவந்ததுமே என்னை போனில் அழைத்த 'டிஸ்கவரி புக் பேலஸ்' திரு.மு.வேடியப்பன் வெகுவாகப் பாராட்டிவிட்டு இந்தத் தொடர் நிறைவடைந்ததும் புத்தகமாக வெளியிடும் உரிமையை அவருக்கு அளிக்க வேண்டும் என்று கேட்டுக் கொண்டார். வேடியப்பன் ஒரு நல்ல படிப்பாளி. புத்தகங்களின் காதலர். நல்ல படைப்பாளிகளை மனமுவந்து ஊக்குவிப்பவர். புத்தகங்களைப் பதிப்பிப்பதையும், விற்பனை செய்வதையும் ஒரு தொழிலாகச் செய்வதில்லை. அதை ஒரு மக்கள் சேவையாக மிகுந்த ஈடுபாட்டுடன் செய்து வருபவர். அவர் மூலமாக மிகச் சிறந்த முறையில் இந்தப் புத்தகம் உருவாக்கப்பட்டிருப்பதில் எனக்கு மிகுந்த மகிழ்ச்சி. அவருக்கு என் சிறப்பான நன்றி.

பிரியங்களுடன்

பட்டுக்கோட்டை பிரபாகர்

தொடர்புக்கு: pkpchennai@yahoo.co.in

ஆத்மா இல்லம், 37, கெனால் பேங்க் ரோடு,

கஸ்தூரிபா நகர், அடையாறு, சென்னை – 600 020.

பொருளடக்கம்

1. இரண்டு துப்பாக்கிகள்! மூன்று தோட்டாக்கள்! — 11
2. படம் பார்த்தேன்! கொள்ளையடித்தேன்! — 18
3. சுட்டான்! சுடப்பட்டான்! — 23
4. ஆமை வேகத்தில் கிடைக்கும் நீதி — 28
5. கொலைக் குற்றவாளிக்கு பூமாலை! — 33
6. குற்றம் செய்யாத குற்றவாளிகள்! — 38
7. வெளிச்சம் படாத ஹீரோக்கள்! — 42
8. ஹீரோவாக மாறிய வில்லன் — 46
9. அழகியின் அழகற்ற மரணம்! — 50
10. விமானக் கடத்தலில் விசித்திரம்! — 54
11. இறந்தவர்கள் வாழ்கிறார்கள்! — 58
12. அமிலக் குளியல்! — 62
13. ஒரு காதல் செய்த அரசியல் மாற்றம்! — 66
14. சிரிக்க வைத்தவர் சிரிக்கவில்லை! — 71
15. நம்புங்கள் நான்தான் அவன்! — 76
16. வென்றவன் தோற்றான்! — 81

17.	சிறை அதிகாரிக்குச் சிறை தண்டனை!	86
18.	முதலாளி ஆன விருந்தாளி!	91
19.	மரமே, நீ சாட்சி!	95
20.	மனித மிருகங்கள்... ஜாக்கிரதை!	99
21.	தீவிரமிருந்தால் முடியும்!	103
22.	சாத்தானின் திடீர் வருகை!	108
23.	நல்லவளா? கெட்டவளா?	113
24.	பட்டை தீட்டப்பட்ட திட்டம்!	118
25.	பலூன் பையன்!	123
26.	சதி... சதியைத் தவிர வேறில்லை!	127
27.	மோகம் தரும் சோகம்!	131
28.	புகழின் உச்சத்தில் வீழ்ச்சி!	135
29.	ரத்தத்தில் செய்த சபதம்!	140
30.	விற்பனைக்கு தாஜ்மஹால்!	144
31.	கொலைகள்! மேலும் கொலைகள்!	148

இரண்டு துப்பாக்கிகள்!
மூன்று தோட்டாக்கள்!

1967 பிப்ரவரியில் நடந்த சட்டசபை தேர்தல் தமிழ்நாட்டின் (அப்போது மதராஸ் மாகாணம்) அரசியல் வரலாற்றில் பல முக்கியமான நிகழ்வுகளை ஏற்படுத்தியது.

திராவிட முன்னேற்ற கழகம் முதன்முறையாக ஆட்சியில் அமர்ந்தது. தேர்தலில் போட்டியிடாத அண்ணா தன் எம்.பி. பதவியை ராஜினாமா செய்து விட்டு முதல்வர் ஆனார். முன்னாள் முதல்வர் காமராஜர் ஒரு மாணவரிடம் தோற்றுப் போனார். மருத்துவமனையில் சிகிச்சை பெற்றபடி தேர்தல் மனு தாக்கல் செய்த எம்.ஜி.ஆர் பறங்கி மலை தொகுதியின் சட்டமன்ற உறுப்பினர் ஆனார்.

அந்தத் தேர்தலின் பிரச்சாரம் மாநிலம் முழுவதும் தீவிரமாக நடந்து கொண்டிருந்த நேரம். ஜனவரி 12, ஒரு முக்கியமான நாள். அன்று மாலை வெளிவந்த இரண்டு செய்திகள் அனைவரையும் உலுக்கின. எம்.ஜி.ஆர் அவரது ராமாவரம் தோட்டத்தில் சுடப்பட்டார் என்பது முதல் செய்தி. அவரை சுட்டதாக சொல்லப்பட்ட எம்.ஆர்.ராதாவும் சுடப்பட்டார் என்பது அடுத்த செய்தி.

நகரமே ஸ்தம்பித்தது. எங்கு பார்த்தாலும் பரபரப்பு! கடைகள் மூடப்பட்டன. பேருந்துகள் நிறுத்தப்பட்டன. ராதாவின் தோட்ட வீட்டில்

கல்லெறிதல் மற்றும் தீ வைத்தல் துவங்கி ஆங்காங்கே கலவரங்கள்! ரத்த காயங்களுடன் இருந்த இரண்டு பேரையும் ராயப்பேட்டை அரசு மருத்துவமனைக்குக் கொண்டு வந்தார்கள். விபத்து பிரிவில் அருகருகில் இரண்டு படுக்கைகளில் படுக்க வைக்கப்பட்டு முதலுதவிகள் அளிக்கப்பட்டன. உடல்களில் பாய்ந்து உள்ளே தங்கிவிட்ட குண்டுகளை அறுவைச் சிகிச்சை செய்து நீக்க அவர்களை அரசு பொது மருத்துவமனைக்குக் கொண்டு செல்ல முடிவானது.

தகவலறிந்து கூடிவிட்ட ஆயிரக்கணக்கான மக்களின் உணர்ச்சிப்பூர்வமான கொந்தளிப்பைக் கட்டுப்படுத்த இயலாமல் போலீஸ்காரார்கள் தடியடி நடத்த... மக்கள் திருப்பித்தாக்க... போர்க்களம் போன்ற காட்சி. ஆர்ப்பரித்த மக்கள் கூட்டத்தைக் கட்டுப்படுத்தி வழி அமைத்து ஒரே ஆம்புலன்சில் இருவரையும் கொண்டு சென்றார்கள்.

எம்.ஜி.ஆரின் இடது காதுக்குக் கீழே துளைத்துச் சென்று முதுகெலும்பின் முதல் எலும்பில் சிக்கியிருந்த குண்டை நீக்குவது அவரின் உயிருக்கு ஆபத்தாக அமையும் என்பதால் அதை அப்படியே விட்டுவிட முடிவு செய்தார்கள். (இரண்டு மாதங்களுக்குப் பிறகு அந்தக் குண்டு நகர்ந்து தொண்டை அருகே வந்து வலியெடுத்ததால் அப்போது அறுவைச் சிகிச்சை செய்து அதை நீக்கினார்கள். அதன் பிறகுதான் அவரின் குரல் பாதிக்கப்பட்டது) ராதாவின் வலது புருவத்திற்கு மேலும், நெஞ்சு எலும்பு அருகிலும் சிக்கியிருந்த இரண்டு குண்டுகளை அறுவை சிகிச்சை செய்து நீக்கினார்கள். எம்.ஜி.ஆர் 57 நாட்கள் மருத்துவமனையில் இருந்துவிட்டு வீடு திரும்பினார். ராதாவுக்கு 18 நாட்களில் சிகிச்சை முடிந்ததும் அவர் சிறைக் காவலில் வைக்கப்பட்டார்.

நடந்து என்ன? அன்று 'பெற்றால் தான் பிள்ளையா?' படத்தின் தயாரிப்பாளர் வாசுவும், எம்.ஆர்.ராதாவும் ஒரு புதிய படத்தில் எம்.ஜி.ஆரை நடிக்க வைப்பது தொடர்பாகப் பேச ராமாவரம் தோட்டத்திற்குச் சென்றார்கள். எம்.ஜி.ஆருக்காக வீட்டின் வரவேற்பறையில் காத்திருந்தார்கள். எம்.ஜி.ஆர் வந்தார். இருவரிடமும் பேசினார். அப்போதுதான் சம்பவம் நிகழ்ந்தது.

முதலில் சைதாப்பேட்டை முதன்மை மாஜிஸ்ட்ரேட் நீதி மன்றத்திலும், பிறகு செங்கல்பட்டு செஷன்ஸ் நீதி மன்றத்திலும் இந்த வழக்கு நடந்தபோது அரசு தரப்பில் வழக்கறிஞர் வி.பி.ராமனும், பி.ஆர். கோகுலகிருஷ்ணனும் வாதாடினார்கள்.

எம்.ஆர்.ராதாவுக்காக வழக்கறிஞர்கள் மோகன் குமாரமங்கலம், என்.நடராஜன், என்.டி.வனமாமலை ஆகியோர் வாதாடினார்கள். நடந்த சம்பவத்தை எம்.ஜி.ஆர், எம்.ஆர்.ராதா இருவரும் இரண்டு விதமாக கோர்ட் விசாரணைகளில் தெரிவித்தார்கள்.

எம்.ஜி.ஆர் அளித்த வாக்குமூலத்தின் சாரம்; 'நான் வாசுவிடம் பேசிக் கொண்டிருந்த போது திடீரென்று துப்பாக்கி வெடிக்கும் சத்தம்! என் காதருகில் குண்டு பாய்ந்து ரத்தம் கொட்டியது. திரும்பிப் பார்த்தால் எம்.ஆர்.ராதா கையில் துப்பாக்கியுடன் நின்று கொண்டிருந்தார். 'என்னண்ணே இப்படிப் பண்ணிட்டீங்க?' என்றேன் நான். 'சண்டாளா! சதிகாரா! இப்படிப் பண்ணிட்டியே!' என்று பதறினார் வாசு. இதற்குள் ராதா தன்னைத் தானே சுட்டுக் கொண்டார். நான் சிகிச்சைக்காகப் புறப்பட்டேன். என்னுடன் காரில் ஏற வந்த வாசுவைத் தடுத்து 'அவரைக் கவனிங்க' என்றேன்'

எம்.ஆர்.ராதா அளித்த வாக்குமூலத்தின் சாராம்சம்; 'நாங்கள் எம்.ஜி.ஆருக்காகக் காத்திருந்தோம். எம்.ஜி.ஆர் வரும்போதே மிக கோபமாக வந்தார். ஒரு பத்திரிகையில் அவரைப் பற்றி நான் அவதூறாக எழுதியதாக சத்தம் போட்டார். நான் மறுத்துப் பேசினேன். 'உங்களை சுட்டா என்ன பண்ணுவீங்க?' என்று கேட்டார். 'மனுஷன்னா எப்பவும் சாகறவன்தான், சுட்டுத்தான் பாரேன்' என்றேன். எம்.ஜி.ஆர் எனது துப்பாக்கியை எடுத்து என்னை சுட்டார். நான் தற்காப்புக்காக அவர் மேல் பாய்ந்து அந்தத் துப்பாக்கியைப் பறித்து அவரைச் சுட்டேன்'

எம்.ஜி.ஆர், எம்.ஆர். ராதா இருவரும் *50* ஆண்டுகால நண்பர்கள். இருவரும் சிறு வயதில் ஒரே நாடக கம்பெனியில் பணி புரிந்தவர்கள். இருவரும் பெரியாரின் மேல் மதிப்பு கொண்டவர்கள். இருவருமே மக்கள் மத்தியில் பிரபலமானவர்கள். எம்.ஜி.ஆர் அப்போது தமிழ் சினிமாவில் உச்சமான அந்தஸ்த்தில் இருந்த ஹீரோ. எம்.ஆர்.ராதா *5000* முறைக்கு மேல் மேடை நாடகங்கள் நடத்தியும், சினிமாவிலும் தனி முத்திரை பதித்து உயர்ந்தவர். எம்.ஜி.ஆர் தி.மு.கவின் முக்கிய பிரமுகர் என்றால் எம்.ஆர்.ராதா திராவிடர் கழகத்தின் முக்கிய பிரமுகர்.

இரண்டு பேருமே துணிச்சல்காரர்கள். எம்.ஜி.ஆர் ஒருமுறை படப்பிடிப்பின் போது நடிகைகளிடம் வம்பு செய்த ரவுடிக் கும்பலை நிஜமாகவே அடித்து உதைத்தவர். குலேபகாவலி படத்தில் நிஜமான புலியுடன் சண்டை போட்டு நடித்தவர். எம்.ஆர்.ராதா தனக்கு சம்பளத்தில் *300* ரூபாய் பாக்கி வைத்த தயாரிப்பாளர் மேல் வழக்கு தொடுத்து பணத்தை வசூலித்தவர். அப்போது

குடியரசு தலைவராக இருந்த ராதாகிருஷ்ணன் தமிழ்நாட்டிற்கு வருகை தந்தபோது இரண்டு நாட்களுக்கு பயன்படுத்த ராதாவிடம் இருந்த விலை உயர்ந்த காரை அதிகாரிகள் கேட்ட போது மறுத்தவர்.

இந்த வழக்கில் முக்கியமான விஷயம்... இருவரிடமும் துப்பாக்கிகள் உண்டு. இருவருமே அதற்கு லைசென்ஸ் பெற்றிருந்தார்கள். (ராதாவின் துப்பாக்கி 64ஆம் வருடத்திற்குப் பிறகு புதுப்பிக்கப்படவில்லை என்று பிறகு தெரிய வந்தது) இருவர் வைத்திருந்ததும் ஒரே மாதிரியான துப்பாக்கிகள். இரண்டு துப்பாக்கிகளிலும் ஒரே மாதிரியான குண்டுகளைப் பயன்படுத்த முடியும். இப்போது கேள்வி... யார் யாரைச் சுட்டார்கள்? எம்.ஜி.ஆர் சொன்னது உண்மையா? எம்.ஆர்.ராதா சொன்னது உண்மையா? நீதி மன்றத்தில் உண்மையை எப்படி நிரூபித்தார்கள்.

சம்பவத்தைக் கண்ணால் பார்த்த ஒரே சாட்சி எம்.ஆர். ராதாவுடன் எம்.ஜி.ஆர் வீட்டுக்குச் சென்றிருந்த தயாரிப்பாளர் எம்.ஆர்.வாசு மட்டுமே. அவர் தன் சாட்சியத்தில், 'எம்.ஆர்.ராதா தன் துப்பாக்கியால் எம்.ஜி.ஆரை சுட்டுவிட்டு பிறகு தன்னையே சுட்டுக் கொண்டார். அவரிடமிருந்து துப்பாக்கியைப் பிடுங்க போராடினேன். அப்போது அவர் தன்னைத்தானே இரண்டாவது முறையாக சுட்டுக் கொண்டார். அதன் பிறகு நான் அந்தத் துப்பாக்கியைப் பறித்தேன். பிறகு போலீசில் ஒப்படைத்தேன்' என்றார்.

எம்.ஜி.ஆர் செல்வாக்கு மிக்கவர் என்பதாலும், எம்.ஜி.ஆர் தரப்பின் நிர்பந்தத்தாலும் தயாரிப்பாளர் வாசு பொய் சாட்சி சொல்கிறார் என்றது டிஃபன்ஸ் தரப்பு.

அரசுத் தரப்பு இருவருக்கும் இடையில் ஏற்பட்டிருந்த கருத்து வேறுபாடுகளை பதிவு செய்தது. 'தொழிலாளி' திரைப்படத்தின் படப்பிடிப்பின் போது எம்.ஜி.ஆர், எம்.ஆர்.ராதா சம்பந்தப்பட்ட ஒரு காட்சியில் தொழிலாளர்கள் சேர்ந்து ஒரு பஸ் வாங்கும் சூழலில் எம்.ஜி.ஆர், 'இந்த பஸ்தான் இனி தொழிலாளர்களின் நம்பிக்கை நட்சத்திரம்' என்று வசனம் பேச வேண்டும். எம்.ஜி.ஆர் 'இந்த பஸ்தான் இனி தொழிலாளர்களின் உதயசூரியன்' என்றார். அதை எம்.ஆர்.ராதா ஆட்சேபித்தார். 'சினிமாவுக்குள் உன் கட்சியின் சின்னத்தைக் கொண்டு வராதே' என்றார். இருவருக்கும் வாக்குவாதம் ஏற்பட, படப்பிடிப்பு நின்றது. தயாரிப்பாளர் சின்னப்பா தேவர் வந்து சமாதானப்படுத்தி இறுதியில் ஸ்க்ரிப்டில் இருந்தபடி நம்பிக்கை நட்சத்திரம் என்று பேசவைத்தார்.

நாத்திகம் பத்திரிகையில் எம்.ஆர்.ராதா எழுதிய ஒரு கட்டுரையில் எம்.ஜி.ஆரின் பெயரைக் குறிப்பிடாமல் ஆனால் அது எம்.ஜி.ஆர்தான் என்று புரியும் விதமாக ஒரு செய்தியைக் குறிப்பிட்டிருந்தார். காமராஜரை கொலை செய்ய ஒருவர் சதி செய்வதாக குறிப்பிட்டிருந்தார். இதனால் எம்.ஜி.ஆரின் மனம் புண்பட்டது.

டிஃபன்ஸ் தரப்பில் எம்.ஜி.ஆர் சினிமாவில் எம்.ஆர். ராதாவை வளரவிடாமல் இடையூறுகள் செய்ததாகவும், எம்.ஆர்.ராதாவுக்கு பட வாய்ப்புகள் கிடைக்காமல் செய்ததாகவும் வாதிட்டார்கள்.

போலீஸ் தரப்பு தங்களிடம் வாசு ஒப்படைத்த ராதாவின் துப்பாக்கியிலுள்ள ஆறு சேம்பர்களில் மூன்றில் மட்டுமே குண்டுகள் இருந்ததாகவும், எம்.ஜி.ஆர் வீட்டில் கைப்பற்றப்பட்ட அவரது துப்பாக்கியில் குண்டுகள் எதுவும் நிரப்பப்படாமல் இருந்ததாகவும் தெரிவித்தது.

சம்பவம் நிகழ்ந்த போது எம்.ஜி.ஆர் அணிந்திருந்த உடைகள் அவசரமாக ஏன் துவைக்கப்பட்டன என்று கேள்வி எழுப்பியது ராதா தரப்பு. அவற்றில் ரத்தக் கறைகள் அழிக்கப்படாமல் இருந்திருந்தால் அதில் எம்.ஜி.ஆரிடமிருந்து துப்பாக்கியைப் பறிக்க ராதா முயன்ற போது சிந்திய அவரின் ரத்தத் தடயங்களை நிரூபித்திருக்க முடியும் என்றது.

வழக்கு விசாரணை முடிந்து 1967ஆம் வருடம் நவம்பர் 4ஆம் தேதியன்று நீதிபதி லட்சுமணன் தீர்ப்பை வாசித்தார். தீர்ப்பின் சுருக்கம்; ‘எம்.ஆர்.ராதா குண்டுகள் நிரப்பப்பட்ட துப்பாக்கியை எம்.ஜி.ஆரின் வீட்டிற்கு எடுத்துச் சென்றதிலேயே அவரின் கொலை நோக்கம் தெரிகிறது. அரசியல் விரோதம் காரணமாக ராதாதான் தன் துப்பாக்கியால் எம்.ஜி.ஆரை சுட்டார். பிறகு தன்னைத் தானே இரண்டு முறை சுட்டுக் கொண்டார். இதை அரசுத் தரப்பு ஆதாரப்பூர்வமாக நிரூபித்துள்ளது. ஆகவே ராதாவுக்கு ஏழாண்டுகள் கடுங்காவல் தண்டனை வழங்குகின்றேன்’

இந்த வழக்கில் உண்மையைக் கண்டறிய மிக உதவியாக இருந்தது தடயவியல் துறைதான். ஒரு துப்பாக்கியிலிருந்து குண்டு வெளியேறும் போது வெப்பத்தினால் சற்றே விரிவடைந்து சுழன்றபடி துப்பாக்கி குழலின் உட்பகுதியில் கடுமையான அழுத்தத்துடன் உரசியபடி வெளியேறும். அப்படி உரசுவதால் குண்டின் மேல் கோடுகள் விழும். குழலின் உட்புற அமைப்பு எல்லா துப்பாக்கிகளிலும் ஒரே மாதிரி இருக்காது. இரண்டு

வெவ்வேறு துப்பாக்கிகளிலிருந்து சுடப்பட்ட குண்டுகளின் மேல் இருக்கும் உராய்வுக் கோடுகள் வெவ்வேறு விதமாகவே இருக்கும்.

இதன் அடிப்படையில் எம்.ஜி.ஆர், எம்.ஆர்.ராதா இருவரின் துப்பாக்கிகளிலும் குண்டுகள் போட்டு சோதனைக்காகச் சுட்டு அந்தக் குண்டுகளையும் அவர்களின் உடல்களிலிருந்து நீக்கப்பட்ட குண்டுகளையும் மைக்ராஸ்கோப் வழியாக ஒப்பிட்டுப் பார்த்து ஆராய்ந்தார்கள். தடயவியல் துறையின் நிபுணர்களான டாக்டர் கே.சி.பி.கோபாலகிருஷ்ணன், டாக்டர் பி.சந்திரசேகரன் மற்றும் துப்பாக்கி நிபுணர் ஏ.வி.சுப்பிரமணியம் ஆகியோர் இந்த சோதனைகளை நடத்தி மூன்று குண்டுகளும் ராதாவின் துப்பாக்கியிலிருந்து வெளிப்பட்டவை என்று உறுதி செய்தார்கள்.

தீர்ப்பை எதிர்த்து ராதா உயர்நீதி மன்றத்தில் அப்பீல் செய்தார். அங்கே அவரது அப்பீல் தள்ளுபடி செய்யப்பட்டது. மீண்டும் உச்சநீதி மன்றத்தில் அப்பீல் செய்தார். அங்கே தண்டனை காலம் ஐந்தாண்டுகளாகக் குறைக்கப்பட்டது. சிறையில் அவருடைய நன்னடத்தை காரணமாக நான்கு ஆண்டுகள் நான்கு மாதங்களில் விடுதலையானார்.

விடுதலைக்குப் பின் மலேசியாவில் நடந்த ஒரு பொதுக் கூட்டத்தில் அவர் பேசியபோது, 'எம்.ஜி.ஆரும் நானும் ஐம்பது வருஷமா நண்பர்கள். சின்ன கோபம், செல்லமா சண்டை போட்டுக்கிட்டோம், அந்தச் சமயம் கம்பு இருந்திருந்தா கம்பால சண்டை போட்ருப்போம். துப்பாக்கிதான் இருந்திச்சி. அதனால துப்பாக்கியால சுட்டுக்கிட்டோம்' என்றார்.

ராதாவின் மகன் ராதாரவி ஒரு பேட்டியில், 'எங்கப்பாவோட சாதனைகள் ஏராளம். அவர் வாழ்க்கையிலயே எனக்குப் பிடிக்காத ஒரே சம்பவம் அவர் எம்.ஜி.ஆரை சுட்டதுதான்' என்றார். ராதாவின் மகள் ராதிகா சரத்குமார் பிபிசி பேட்டியில் கரண் தப்பாரின் ஒரு கேள்விக்கு பதிலளிக்கும் போது, 'என் தந்தை எம்.ஜி.ஆரை எதற்காக சுட்டார் என்பது எனக்குத் தெரியாது' என்றார்.

அன்றைய தினம் ராயப்பேட்டை மருத்துவமனையில் பணியில் இருந்த டாக்டர்.ஆப்ரஹாம் சுகுமார் ராதாவுக்கு முதலுதவி செய்த போது அவர், 'நான்தான் சுட்டேன், போலீசுக்கு ஸ்டேட்மெண்ட் கொடுத்தாச்சு' என்று சொன்னதாகத் தன் பிளாக்கில் எழுதியிருக்கிறார்.

இந்த வழக்கின் விசாரணை நடைபெற்ற நாட்களில் பல தினசரிகள் விரிவாக ஒரு தொடர்கதையைப் போல எழுதின. 1992இல் பத்திரிகை ஆசிரியர் சுதாங்கன் வழக்கின் விரிவான தொகுப்பாக 'சுட்டாச்சு! சுட்டாச்சு!' என்ற தலைப்பில் ஒரு கட்டுரைத் தொடர் எழுதினார்.

அந்தச் சம்பவத்தில் மருத்துவமனையில் எம்.ஜி.ஆருக்கு நிறைய ரத்தம் செலுத்தப்பட்டதால்... அதன் பிறகு எம்.ஜி.ஆர் கூட்டங்களில் பேசும் போது 'என் ரத்தத்தின் ரத்தமான உடன்பிறப்புக்களே...' என்று பேச ஆரம்பித்தார்.

பிறகு ஒருநாள் எம்.ஜி.ஆர் தடயவியல் நிபுணர் பி.சந்திரசேகரனிடம், 'மிகவும் அருகாமையிலிருந்து சுடப்பட்ட போதும் நானும், எம்.ஆர்.ராதாவும் எப்படிப் பிழைக்க முடிந்தது!' என்று கேட்டதால் அவர் அந்தக் குண்டுகளைத் தீவிரமாக ஆராய்ந்தார். ஒரு குண்டின் வேகத்தை உள்ளேயிருக்கும் குண்டின் பிடிப்புதான் தீர்மானிக்கிறது. ராதா பயன்படுத்திய குண்டுகள் 15 வருடங்களுக்கு முன்பு வாங்கப்பட்டவை. அவற்றை ஒரு தகர டப்பாவில் போட்டு அடிக்கடி பயன்படுத்தும் மேஜையின் டிராயரில் வைத்திருந்தார். டிராயரை ஒவ்வொரு முறை இழுத்து மூடும் போதும் குண்டுகள் உருண்டு ஒன்றோடொன்று உரசி தேய்ந்திருக்கின்றன. அதனால் குண்டின் மேல் பிணைக்கப்பட்டுள்ள கேட்ரிஜ் கேசின் பிடிமானம் தளர்ந்து போய்விட்டது. இப்படி அழுத்தம் குறைந்த குண்டுகளைப் பயன்படுத்தியதால் தான் இரண்டு பேரின் உயிருக்கும் ஆபத்து ஏற்படவில்லை.

* * *

படம் பார்த்தேன்! கொள்ளையடித்தேன்!

2007 ஆம் வருடம், கேரளாவிலுள்ள, மலப்புரம் மாவட்டத்தின் இடுமுழிக்கால் நகரம். டிசம்பர் மாதத்தின் சில்லென்ற குளிரை அனுபவித்தபடி, இரண்டு தினங்களில் பிறக்க இருக்கும் புத்தாண்டை எப்படிக் கொண்டாடலாம் என்று மக்கள் வகைவகையாக திட்டமிட்டுக் கொண்டிருந்த முப்பதாம் தேதி இரவில் ரகசியமாக நிகழ்ந்தது அந்த விபரீதம்.

அதை அவர்கள் உணர்ந்தது மறுநாள்தான். தென் மலபார் கிராமின் வங்கியின் கிளை மேனேஜரும் ஊழியர்களும் என்றும் போல மதிய உணவை டப்பாவில் அடைத்துக்கொண்டு வங்கிக்கு வந்து சேர்ந்தார்கள். வங்கியின் ஸேஃப்ட்டி லாக்கர் இருக்கும் பாதுகாப்பான(?) தனியறைக்கு வந்து பார்த்த ஊழியர் வீல் என்று மலையாளத்தில் அலறினார்.

லாக்கர் உடைக்கப்பட்டு தங்கமும் பணமும் இருக்க வேண்டிய இடத்தில் காற்று மட்டுமே இருந்தது. கீழே பார்த்தால் அறையின் நடுவில் தரையில் ஒரு ஓட்டை, தளத்தின் கான்க்ரீட் ஸ்லாப் உடைக்கப்பட்டு ஓட்டை உருவாக்கப்பட்டிருந்தது.

சைரன் சத்தத்துடன் விரைப்பாக வந்து சேர்ந்தது போலீஸ். பயிற்சி பெற்ற போலீஸ் நாய்கள் குதித்து

இறங்கின. தடயவியல் நிபுணர்கள் கை ரேகை, கால் தடம் சேகரிக்க பூதக் கண்ணாடி, பவுடர், பிரஷ் சகிதம் வந்து சேர்ந்தார்கள்.

லாக்கர் கேஸ்கட்டர் கொண்டு உடைக்கப்பட்டிருப்பது தெரிந்தது. தளத்தின் கான்க்ரீட்டைப் பெயர்த்து உடைக்கப் பயன்படுத்திய ஆயுதம் எதுவும் சிக்கவில்லை. லாக்கர் அறையின் சுவர் ஒன்றில் 'ஜெய் மாவோ!' என்று எழுதப்பட்டிருந்தது.

மேனேஜர் கம்ப்யூட்டரைத் தட்டி திருடுபோன தங்கம், ரொக்கம் இரண்டின் மொத்த மதிப்பு ஒன்பது கோடி என்றார். வாயைப் பிளந்தது கேரளா போலீஸ். கேரளா மாநிலத்தில் நடந்த வங்கிக் கொள்ளைகளிலேயே பெரிய கொள்ளை என்கிற அந்தஸ்து பெற்று விட்டது அந்தக் கொள்ளை.

மீடியாக்கள் உச்ச சத்தத்தில் அலறின. வாட்ஸ் ஆப் அப்போது இல்லாததால் மக்கள் டீக்கடைகளிலும் தொலை, அலைபேசிகளிலும் செய்திகளைப் பகிர்ந்து கொண்டார்கள்.

பலவிதமான குழுக்கள் அமைக்கப்பட்டன. விசாரணைகள் முடுக்கிவிடப்பட்டன. வங்கி இருந்தது அந்தக் கட்டடத்தின் மாடியில். கீழ்த் தளத்தில் 'ஜனவரி 8 அன்று புதிய உணவகம் திறக்கப்படும்' என்கிற போர்டு வெளியே வைக்கப்பட்டிருக்க, உள்ளே மேஜை, நாற்காலிகள் கொஞ்சம் இருக்க, ஆயத்த ஏற்பாடுகள் அரைகுறையாக நடந்திருக்கும் நிலையில் இருந்தது.

கட்டடத்தின் உரிமையாளர் விசாரிக்கப்பட்டார். 'உணவு விடுதி துவங்க வாடகை பேசி ஐம்பதாயிரம் முன்பணம் கொடுத்தார்கள். அதற்காகத்தான் வேலைகள் நடக்கின்றன' என்றார் அவர். வாடகை ஒப்பந்தத்தில் இருந்த முகவரியில் விசாரித்த போது அது போலியான முகவரி என்பது புரிந்தது.

கொள்ளையர்கள் மிகவும் சாமர்த்தியமாக திட்டம் போட்டிருப்பது புரிய வந்தது. வெளிப் பார்வைக்கும், அந்தப் பகுதியில் இருப்பவர்களுக்கும் சந்தேகம் வராமல் இருப்பதற்காக உணவு விடுதி வரப்போவதாக ஒரு போர்டை வைத்துவிட்டு, பேருக்கு சில மேஜை, நாற்காலிகளையும் கொண்டு வந்து போட்டு விட்டு, வங்கி நேரம் முடிந்ததும் இரவில் கீழ்த்தளத்திலிருந்து லாக்கர் அறைக்கு நேர் கீழே ஸ்லாபில் கொஞ்சம் கொஞ்சமாக உடைத்து ஓட்டை போட்டு வந்திருக்கிறார்கள்.

மலப்புரம் போலீஸ் சூப்பிரண்டெண்ட் பி. விஜயன் தலைமையில் ஒரு குழு தீவிரமாக இறங்கியது. கட்டடத்தின்

உரிமையாளர், மற்றும் அவர்களைப் பார்த்த சிலர் சொன்ன அடையாளக் குறிப்புகளைக் கொண்டு கம்ப்யூட்டர் மூலம் கொள்ளையர்களின் முகங்களை வரைந்தார்கள். (இந்த முறையில் குற்றவாளிகளை வரைவதற்கு முன்னோடி ஜான்பென்ஸ் என்பவர், விதவிதமான கண்கள், மூக்குகள், காதுகள், கன்னங்கள் வைத்து முதலில் ஃபோட்டோ ஃபிட் சிஸ்டம் ஒன்றை இவர்தான் அறிமுகப்படுத்தினார். இப்போது கம்ப்யூட்டர் தொழில்நுட்பத்தின் வளர்ச்சியினால் கோடிக் கணக்கான முகங்களை வரையவும், ஒப்பிடவும் முடியும்)

வரையப்பட்ட முகங்கள், மற்றும் கிடைத்த கைரேகைகள் இவற்றை பழைய குற்றவாளிகள் பதிவுகளுடன் ஒப்பிட்டுப் பார்த்தபோது எவற்றுடனும் அவை பொருந்தவில்லை. 'ஜெய் மாவோ' என்று சுவரில் எழுதப்பட்டிருந்ததால் இது ஒரு நக்சல் கூட்டத்தின் வேலை என்றுதான் முதலில் நினைத்தார்கள். ஆனால் போலீசைக் குழப்புவதற்காக அவர்கள் செய்த சதி வேலை என்பது பிறது தெளிவாகியது.

போலீசுக்குக் கிடைத்த பனிரெண்டு விதமான துப்புகளை வைத்து கொள்ளையர்களைப் பிடிக்கப் போராடியும் ஒரு முன்னேற்றமும் இல்லை. ஒரு துப்பு அவர்கள் ஹைதராபாத்தில் ஒரு லாட்ஜில் இருப்பதாகச் சொன்னது. ஒரு படை அங்கு விரைந்தது. அவர்கள் அந்த அறையைக் காலி செய்திருந்தார்கள். அந்த அறையில் திருடப்பட்ட தங்கத்தில் ஒரு கிலோவை மட்டும் விட்டுவிட்டுச் சென்றிருந்தார்கள். மீதி தங்கம் ஹைதராபாத்தில் தான் யாரிடமோ விற்கப்பட்டிருக்க வேண்டும் என்கிற நோக்கில் ஆந்திரா போலீசின் உதவியுடன் ஹைதராபாத்தை அலசியெடுத்தார்கள். 'என்னாச்சு?' என்று உயரதிகாரிகள் கேட்டபோது, போனவர்கள் உதடுகளைப் பிதுக்கினார்கள்.

விசாரணை அதிகாரிகளுக்கு கோவாவிலிருந்து ஒரு போன். 'எங்களை உங்களால் பிடிக்க முடியாது' என்று சவால் விட்டது அந்தக் குரல். ஒரு டீம் கோவாவுக்கு ஓடியது. வாயில் நுரை தள்ளாத குறையாக அலைந்தது. இப்போது பெங்களூரில் இருந்து போன், கர்நாடகா போலீசின் உதவியைக் கோரி பெங்களூரில் தேடுதல் வேட்டை நடத்தியது டீம். அடுத்த போன் தமிழ்நாட்டிலிருந்து. இந்த விபரீதமான கண்ணாமூச்சி தொடர... கேரளா போலீசுக்கு இந்தக் கொள்ளைக்காரர்களைப் பிடித்தேயாக வேண்டும் என்று வெறி ஏறியது.

57 நாட்கள் தேடுதல் வேட்டைக்குப் பிறகு கோழிக்கோட்டில் ஒரு வீட்டில் பதுங்கியிருந்த கொள்ளையர்கள் நான்கு பேரையும் மடக்கிப் பிடித்தது. போலீஸ் படை, அந்த நால்வரில் ஜோசஃப் என்கிற ஜெய்சன்தான் கொள்ளை டீமின் தலைவனும் சூத்திரதாரியும். மற்ற மூவரில் ஒருத்தி பெண். (இன்னொரு கொள்ளைக்காரனின் மனைவி.)

நால்வரையும் விசாரிக்கிற விதத்தில் விசாரித்ததும் தங்கம், ரொக்கம் இவற்றைப் பதுக்கி வைத்திருக்கும் இடத்தை அவர்கள் கக்க... இரண்டு கட்டங்களாக அவற்றைக் கைப்பற்றினார்கள். கோர்ட்டில் தொடரப்பட்ட வழக்கில் மூன்று ஆண்டுகளுக்கும் தலா பத்தாண்டுகள் சிறைத் தண்டனை கிடைத்தது. பெண்ணுக்கு ஐந்தாண்டுகள் தண்டனை.

விசாரணையில் ஜோசஃப், 'இந்தியில் வெளிவந்த தூம் திரைப்படம் பார்த்தேன். அந்தப் படத்தில் புத்தாண்டுக்கு முதல் நாள் ஒரு அபார்ட்மெண்ட்டில் உள்ள ஒரு லாக்கரை தளத்தில் ஓட்டை போட்டு கொள்ளையடிப்பது போல காட்சி வரும். அதைப் பார்த்துதான் நான் இந்தக் கொள்ளைத் திட்டத்தை உருவாக்கினேன். மொத்தம் இரண்டு மாதங்கள் யோசித்து திட்டம் வகுத்தேன்' என்றான்.

சரி, எப்படிக் கண்டுபிடித்தார்கள்? கொள்ளை நடந்த முப்பதாம் தேதி இரவில் அந்த நால்வரில் யாராவது ஒருத்தர் செல்போன் உபயோகித்திருக்க வேண்டும் என்று முதலில் யூகித்தார்கள். அந்த யூகம் உண்மை என்று உறுதியானது. அந்த வங்கிக்கு அருகில் உள்ள செல்போன் டவர்களில் இருந்து அன்று அழைப்புகள் கடத்தப்பட்டவை கிட்டத்தட்ட இருபது லட்சம். இதில் எந்த போன் நம்பர் கொள்ளைக்காரனுடையது என்று எப்படிக் கண்டுபிடிப்பது? கடற்கரை மணலில் விழுந்த கடுகைத் தேடும் வேலை!

இதைச் சவாலாக எடுத்துக்கொண்டார்கள், செல்போன் சர்வீஸ் தருகிற அத்தனை பேரின் உதவியையும் நாடினார்கள். ஐ.டியில் வேலை பார்க்கிற தொழில்நுட்பம் தெரிந்தவர்கள் நிறைய பேரை அழைத்தார்கள். ஒரு மிகப் பெரிய படை அமைக்கப்பட்டது. இருபது லட்சம் போன்களையும் மானிட்டர் செய்தார்கள். சந்தேகப்பட்டியலில் இருந்து கொஞ்சம் கொஞ்சமாக விலக்கி கடைசியில் 1057 அழைப்புகளை அழுத்தமாக சந்தேகப்பட்டார்கள். அந்த போன்களை விடாமல் ரகசியமாக கண்காணித்தார்கள்.

பட்டியலைச் சுருக்கி, சுருக்கி ஒற்றை எண்ணுக்கு வந்துவிட்டார்கள். அந்த எண்ணை வைத்து கொள்ளையர்களை நெருங்கி விட்டார்கள். ஒரு மிகப் பெரிய நெட்வொர்க் மூலம் பலரின் ஒத்துழைப்புடன் இதைச் சாதிக்க முடிந்தது என்று பெருமையுடன் பத்திரிகையாளர்களைச் சந்தித்தார்கள் போலீஸ் அதிகாரிகள்.

* * *

சுட்டான்! சுடப்பட்டான்!

அமெரிக்காவின் வரலாற்றில் இதுவரை 4 ஜனாதிபதிகள் சுட்டுக் கொல்லப்பட்டிருக்கிறார்கள். ஆப்ரஹாம் லிங்கன் 1865லும், ஜேம்ஸ் கார்ஃபீல்ட் 1881லும், வில்லியம் மெக்கின்லே 1901லும், ஜான் எஃப் கென்னடி 1963லும் கொல்லப்பட்டார்கள். ஒரு ஒற்றுமை... எல்லோருமே துப்பாக்கியால் சுடப்பட்டார்கள்.

ஜேம்ஸ் கார்ஃபீல்டை சுட்ட சார்லஸ் உடனே பிடிபட்டான். விசாரணைக்குப் பின் தூக்கிலிடப்பட்டான். வில்லியம் மெக்கின்லேவை சுட்ட லியானும் உடனே பிடிபட்டான். பிறகு மின்சார நாற்காலி மூலம் அவன் கொல்லப்பட்டான். ஜான் எஃப் கென்னடியைச் சுட்ட ஆஸ்வால்ட் உடனடியாக கைது செய்யப்பட்டாலும் மூன்றாம் நாள் அவன் சிறைக்கு மாற்றப்பட்ட போது கென்னடியின் ஆதரவாளர் ஜேக் ரூபி என்பவரால் சுட்டுக் கொல்லப்பட்டான். (இந்தச் சதி குறித்து நிறைய சர்ச்சைகள் உள்ளன)

ஆனால்... ஆப்ரஹாம் லிங்கனை சுட்ட ஜான் வில்க்ஸ் பூத் என்கிற குற்றவாளி மட்டும் அமெரிக்க இராணுவத்திற்கே மிகப் பெரிய சவலாய் அமைந்தான்.

லிங்கன் ரிபப்ளிக் கட்சி சார்பில் தேர்தலில் வென்று ஜனாதிபதியாக பதவியேற்ற காலம்

அமெரிக்காவில் உள்நாட்டு பிரச்சினைகள் உச்சத்தில் இருந்த காலம். அடிமைத்தனத்தை ஒழிப்பதில் மிகத் தீவிரமாக இருந்தார் லிங்கன். இதனால் அடிமைத் தனத்தை ஆதரித்த பல தெற்கு மாகாணங்களின் எதிர்ப்பைப் பெற்றார். அமெரிக்காவில் உள்நாட்டு யுத்தம் தவிர்க்க இயலாத ஒன்றானது. இந்த யுத்தத்தில் வீரர்களும், பொதுமக்களும் கிட்டத்தட்ட பத்து லட்சம் பேர் இறந்து போனார்கள்.

எதிர்ப்புக் கும்பலில் ஒருவன் தான் ஜான் வில்க்ஸ் பூத். இவன் வாஷிங்டனில் பிரபலமாக இருந்த ஒரு மேடை நடிகன். இவனுக்கு நிறைய ரசிகர்கள் இருந்தார்கள். சொல்லப் போனால் லிங்கனே கூட இவனுடைய ரசிகர். பூத்தின் நாடகங்களைப் பார்த்திருக்கும் லிங்கன் இவனை வெள்ளை மாளிகைக்கு அழைத்து கவுரவிக்க விரும்பினார். ஆனால் பூத் அந்த அழைப்பை ஏற்கவில்லை.

பூத்தும், அவனுடைய நண்பர்கள் சிலரும் லிங்கனை முதலில் கடத்திச் செல்ல திட்டமிட்டனர். அந்தத் திட்டம் தோல்வியடைந்தது. பிறகுதான் கொலை செய்ய முடிவெடுத்தனர். 1865 ஏப்ரல் 14 வெள்ளியன்று பூத் நடித்த 'அமெரிக்க கஸின்' நாடகத்தைப் பார்க்க ஃபோர்ட் ஹால் தியேட்டருக்கு தன் மனைவியுடன் லிங்கன் வரப் போவதை அறிந்ததும் தன் கொலைத் திட்டத்தை நிறைவேற்ற அதுதான் சந்தர்ப்பம் என்று தீர்மானித்தான் பூத்.

நாடகம் துவங்கியது. சற்றே தாமதமாக தன் மனைவியுடன் வந்த லிங்கன் பால்கனியில் தனி அறையில் அமர்ந்து நாடகத்தை ரசிக்கத் துவங்கினார். இரவு மணி பத்துக்கு மேல்... பூத் பங்கு பெறாத ஒரு காட்சி மேடையில் நடந்த போது, அவன் ஒப்பனை அறையிலிருந்து மெல்ல நழுவி லிங்கன் அமர்ந்திருக்கும் பால்கனி பகுதிக்கு வந்தான். சத்தமில்லாமல் கதவைத் திறந்தான்.

நாடகத்தில் ஒரு நகைச்சுவை காட்சி. வந்திருந்த 1700 பார்வையாளர்களும் உரக்கச் சிரித்து ரசிக்க... லிங்கனும் சிரித்தபடி இருக்க... பூத் தன் டெரின்ஜர் கைத்துப்பாக்கியால் லிங்கனின் பின் மண்டையில் சுட்டான். லிங்கன் நிலைகுலைந்து சரிந்தார். லிங்கனின் மனைவி அலறினார். லிங்கனுடன் வந்திருந்த ஒரு இராணுவ அதிகாரி பூத்தைப் பிடிக்க முயல, அவரைக் கத்தியால் குத்திவிட்டு பால்கனியிலிருந்து கீழே குதித்தான் பூத். அவனுக்கு காலில் அடிபட்டது. அப்படியும், சமாளித்துக் கொண்டு வெறியோடு மேடையேறி, 'பழிக்குப் பழி வாங்கி விட்டேன்' என்று கத்தினான்.

முதலில் ஏதோ நாடகத்தின் ஒரு பகுதி என்றே நினைத்தார்கள். பால்கனி பகுதியிலிருந்து அலறலும், 'அவனைப் பிடியுங்கள்' என்ற இராணுவ அதிகாரியின் கத்தலுமே நடந்ததை உணர வைத்தது. உடனே பலர் அவனைப் பிடிக்க துரத்தினார்கள். பூத்திற்கு அந்த நாடக அரங்கின் அமைப்புகள் நன்கு தெரியும் என்பதால் அத்தனை பேருக்கும் போக்குக் காட்டி ஓடி... நாடக அரங்கின் பின்புறம் நிறுத்தி வைத்திருந்த குதிரையில் ஏறி தப்பி விட்டான்.

நாடகத்திற்கு வந்திருந்தவர்களில் இரண்டு டாக்டர்களும் இருந்தார்கள். அவர்கள் மயங்கிய நிலையில் இருந்த லிங்கனுக்கு முதலுதவி செய்தார்கள். அரங்கிற்கு வெளியில் இருந்த ஒரு வீட்டிற்கு லிங்கன் தூக்கி வரப்பட்டார். சிறந்த மருத்துவர்கள் வந்தார்கள். லிங்கனின் கபாலத்தைத் துளைத்து மூளைப் பகுதியில் தங்கிவிட்ட தோட்டாவை நீக்க முயன்றார்கள். மறுநாள் காலையில் லிங்கனின் உயிர் பிரிந்தது.

லிங்கனைச் சுட்ட பூத்தை பலர் திட்டித் தீர்த்தார்கள். பூத்தின் புகைப்படங்கள் எரிக்கப்பட்டன. நாடு முழுவதும் மக்கள் தேம்பி அழுதார்கள். சிலர் அவனை ஒரு வீரனாகப் பாவித்து பாராட்டினார்கள். லிங்கனின் மரணத்தைக் கொண்டாடினார்கள்.

பூத்தும், அவன் நண்பன் ஹெரால்டும் வாஷிங்டனை விட்டு விலகி மெரிலாண்ட் மாகாணத்தில் உள்ள கிளிண்டன் என்னும் சிறிய நகரத்திற்குப் போனார்கள். பால்கனியிலிருந்து குதித்த போது காலில் ஏற்பட்ட எலும்பு முறிவுக்கு வைத்தியம் செய்ய மட் என்னும் டாக்டரைச் சந்தித்தார்கள். அவரிடம் குதிரையிலிருந்து தவறி விழுந்து விட்டதாகப் பொய் சொன்னான் பூத். டாக்டர் வைத்தியம் செய்து, ஒரு ஜோடி தாங்குக் கட்டைகளும் கொடுத்தார். பிறகு டாக்டருக்கு லிங்கன் கொலையில் இராணுவத்தால் தேடப்படுபவன் பூத் என்று தெரிய வந்ததும் அங்கிருந்து போகச் சொல்லிவிட்டார். (பிறகு இந்த டாக்டருக்கு இராணுவ விசாரணையின் முடிவில் ஜூரிகளின் தீர்ப்பில் ஒரு ஓட்டு வித்தியாசத்தில் மரண தண்டனையிலிருந்து தப்பி ஆயுள் தண்டனை கிடைத்தது)

பூத் தன் நண்பனுடன் பிரிவினைவாத குழுவைச் சேர்ந்த சில நண்பர்களைத் தேடிச் சென்றான். அவர்கள் உணவு கொடுத்தார்கள். ஆனால் அடைக்கலம் கொடுக்கத் தயங்கினார்கள். கடைசியாக கேரட் என்கிற புகையிலை விவசாயிக்குச் சொந்தமான பண்ணை வீட்டில் இருவரும் தங்கினார்கள். உள்நாட்டு யுத்தத்தில்

பங்கெடுத்த பிரிவினைவாதக் குழுவின் படை வீரர்கள் என்று பொய் சொன்னார்கள்.

ஏப்ரல் 26ஆம் தேதி அன்று (லிங்கன் சுடப்பட்டு 12 நாட்களுக்குப் பின்) அவர்கள் தங்கியிருந்த பண்ணை வீட்டை அமெரிக்க இராணுவப் படை வீரர்கள் சுற்றி வளைத்தார்கள். இருவரையும் வெளியே வருமாறு எச்சரித்தார்கள். இருவரும் வரவில்லை. அவர்களை வரவழைப்பதற்காக அந்த வீட்டைச் சுற்றிலும் தீ வைத்தார்கள். உயிர் பயத்தில் நண்பன் ஹெரால்டு வெளியே வந்து சரணடைந்தான்.

ஆனால் பூத், 'என்னை உங்களால் உயிருடன் பிடிக்க முடியாது' என்று கத்தி விட்டு வீரர்களைச் சுடுவதற்கு ஆயத்தமானான். இதை ஒரு இடுக்கு வழியாக கவனித்த ஒரு படை வீரன் பூத்தை தலையின் பின்புறம் சுட்டான். ரத்தம் தெறிக்க தடுமாறி விழுந்தவனை வெளியே இழுத்து வந்தார்கள். அதன் பிறகு மூன்று மணி நேரம் உயிருக்குப் போராடி இறந்தான் பூத். அவன் கடைசியாக படை வீரர்களிடம், 'என் தாயிடம் சொல்லுங்கள், அவள் மகன் தன் நாட்டுக்காக இறந்தான் என்று' என்றான்.

பூத்துடன் சதியில் ஈடுபட்ட நால்வரும் இராணுவ விசாரணைக்குப் பிறகு தூக்கிலிடப்பட்டார்கள். அவர்களில் ஒருவர் பெண். மேரி சூரத் என்கிற அந்தத் தாய் 'என் மகன் ஜான் சூரத்தின் நண்பர்கள் என்பதால் அவர்கள் தங்குவதற்கு என் வீட்டை வாடகைக்கு விட்டேன், அதைத் தவிர இந்தச் சதியில் எனக்குப் பங்கில்லை' என்று கடைசிவரை வாதாடினார். தலைமறைவான தன் மகன் இருக்குமிடம் பற்றி தூக்கிலிடப்படும்வரை சொல்லவில்லை. ஆனால் அவனுடைய வக்கீல்களின் சாமர்த்தியமான வாதங்களால் விடுதலையானான்.

லிங்கனின் உடல் வாஷிங்டனில் பொதுமக்களின் பார்வைக்கு வைக்கப்பட்ட பிறகு லிங்கன் ஸ்பெஷல் என்று குறிப்பிடப்பட்ட தனி ரயிலில் 1654 கிலோ மீட்டர் கடந்து லிங்கனின் சொந்த ஊரான ஸ்பிரிங்ஃபீல்டில் அடக்கம் செய்யப்படுவதற்காக எடுத்துச் செல்லப்பட்டது. அந்த ரயில் 180 நகரங்கள் வழியாக 13 நாட்கள் பயணம் செய்தது. வழியெங்கும் முக்கியமான நகரங்களில் உடல் இறக்கப்பட்டு பொதுமக்களின் இறுதி மரியாதைக்காக வைக்கப்பட்டது. அமெரிக்காவின் வரலாற்றில் மிக அதிகமான மக்கள் இறுதி அஞ்சலி செலுத்தியது லிங்கனுக்குத்தான்.

பூத் எப்படிப் பிடிபட்டான் தெரியுமா? பூத் இருக்குமிடம் பற்றி தகவல் தெரிவிப்பவர்களுக்கு ஒரு லட்சம் டாலர்கள் தருவதாக அரசாங்கம் அறிவித்தது. (வருடம் 1865 என்பதை நினைவில் கொள்க!) பூத்தைப் பிடிக்க பத்தாயிரம் இராணுவ வீரர்கள் களத்தில் இறக்கப்பட்டார்கள். அவர்கள் வீடுகளிலும், காடுகளிலும் இரவு பகலாக தேடினார்கள்.

அந்தத் தேடலில் ஒரு ஆற்றைக் கடக்கையில் ஏற்பட்ட படகு விபத்தில் ஐம்பதுக்கும் மேற்பட்ட படை வீரர்கள் உயிரை இழந்தார்கள். பணத்திற்கு ஆசைப்பட்டு பண்ணை வீட்டில் பூத் பதுங்கியிருக்கும் தகவலை அதன் உரிமையாளர் கேரட் தெரிவித்ததாக ஒரு குறிப்பு சொல்கிறது. கேரட் மூலம் தகவல் தெரியவில்லை என்று ஒரு குறிப்பு மறுக்கிறது.

இன்னும் சொல்லப் போனால் இராணுவப் படை சுட்டுக் கைப்பற்றியது பூத்தே அல்ல, பூத் சாயலில் இருந்த வேறு ஒருவரைத்தான் என்றும், பூத் நாற்பது ஆண்டுகள் தலைமறைவாகவே வாழ்ந்து இறந்தான் என்றும் மாறுபட்ட கருத்துகள் உள்ளன. இன்றைய அறிவியல் சாத்தியத்தில் இந்த சந்தேகத்தை சுலபமாக போக்க முடியுமென்று பூத்தின் குடும்ப வாரிசுகளில் சிலர் சட்டப்பூர்வமாக போராடி வருகிறார்கள்.

பிரேதப் பரிசோதனைக்குப் பிறகு புதைக்கப்பட்ட பூத்தின் உடலை கல்லறையிலிருந்து தோண்டி அவன் எலும்புகளின் டி.என்.ஏ சோதனை செய்யலாம் என்று கோர்ட்டில் அனுமதி கேட்டார்கள். ஆனால் அனுமதி மறுக்கப்பட்டது. 2013ஆம் வருடம் கூட மற்றொரு முயற்சியாக மெரிலாண்ட் நேஷனல் மியூசியத்தில் வைக்கப்பட்டிருக்கும் குண்டு துளைத்த பூத்தின் எலும்புகளை டி.என்.ஏ சோதனைக்கு வழங்க வேண்டும் என்று வழக்கு போட்டனர் குடும்பத்தினர். இதற்கும் மியூசியத்தின் நிர்வாகம் மறுத்து விட்டது. இந்த வரலாற்று சந்தேகம் இன்றளவும் தொடர்கிறது.

* * *

ஆமை வேகத்தில் கிடைக்கும் நீதி

'இந்தியாவில் பணமும் பதவியும் உள்ளவர்கள் சம்பந்தப்பட்ட வழக்குகளில் நீதி என்பது ஆமை வேகத்தில் தான் கிடைக்கும்' –இது நியூயார்க் டைம்ஸ் பத்திரிகையில் வெளிவந்த ஒரு கருத்து. 'இந்தியாவில் உண்மையான குற்றவாளிகளில் தண்டிக்கப்படுகிறவர்கள் முப்பது சதவிகிதத்திற்கும் கீழ்தான்' – இது லண்டன் பி.பி.சியின் கருத்து, உண்மை தானா? சில வழக்குகளை அலசிப் பார்த்தால் இது உண்மைதான் என்கிற முடிவுக்குத்தான் வர வேண்டியிருக்கிறது.

எப்படி உண்மை? பார்ப்போம்...

1999. டெல்லி, ஏப்ரல் 29 ஒரு பார். நள்ளிரவு பனிரெண்டு முப்பதுக்கு தன் மூன்று நண்பர்களுடன் பாருக்கு வந்தான் மனு ஷர்மா. மது கேட்டான். மது தீர்ந்து விட்டதாலும், நள்ளிரவைக் கடந்து விட்டதாலும் மறுத்தாள் பாரில் பணிபுரிந்த மாடல் அழகியான ஜெசிகா. ஆயிரம் ரூபாய் தருவதாக சொன்னான் மனு. ஜெசிகா அப்போதும் மறுக்கவே, கோபத்தின் உச்சத்தில் தன் 22 பிஸ்டலை எடுத்தான். அவளை எச்சரிக்கும் விதமாக ஒரு முறை கூரையை நோக்கிச் சுட்டான். ஜெசிகா தொடர்ந்து மறுக்கவே அவளைச் சுட்டான். ஜெசிகா இறந்தாள். மனு ஷர்மா தன் நண்பர்களுடன் தப்பித்துச் சென்றான்.

அந்தச் சமயம் பாரில் இருந்த 32பேர் இந்தச் சம்பவத்திற்கு சாட்சிகள். ஆனால் டெல்லி போலீஸ் இந்த வழக்கில் தீவிரம் காட்டத் தயங்குவது ஏன்?

மனு ஷர்மா மிகப் பெரிய கோடீஸ்வரன். இரண்டு சர்க்கரை ஆலைகள் மற்றும் சாராய ஆலைகளுக்குச் சொந்தமானவன். மிக முக்கியமான அரசியல் புள்ளியான வினோத் ஷர்மாவின் மகன். வினோத் ஷர்மா ஹரியானா மாநிலத்தின் அமைச்சர். முதல்வரின் நண்பர். முன்னாள் ஜனாதிபதி சங்கர் தயாள் ஷர்மாவின் உறவினர். இதைத் தவிர இவர் ஒரு முன்னாள் மத்திய அமைச்சரும் ஆவார். செல்வாக்குக்குக் கேட்க வேண்டுமா?

ஆகவே... சம்பவம் நிகழ்ந்து 5 நாட்கள் வரை மனு ஷர்மாவை டெல்லி போலீஸ் தேடிக் கொண்டிருந்தது. அவனுடைய இரண்டு நண்பர்கள் மட்டும் கைது செய்யப்பட்டனர். பத்திரிகைகளும், தொலைக்காட்சிகளும் அலறியதும் மனு ஷர்மா கைது செய்யப்பட்டான். விசாரணை நீதி மன்றத்தில் இந்த வழக்கு அதன் எல்லா சாத்தியங்களையும் பயன்படுத்தி ஏழு வருடங்கள் இழுக்கப்பட்டது. அரசுத் தரப்புக்கு டெல்லி போலீஸ் சரியான ஒத்துழைப்பை வழங்கவில்லை. சம்பவத்தை கண்ணால் பார்த்ததாக போலீசில் முதலில் வாக்குமூலம் கொடுத்த 32 சாட்சியங்களும் பல்டியடித்தார்கள்.

அதில் ஒரு சாட்சியான முன்ஷி என்கிற நடிகர், 'நான் ஆங்கிலத்தில் சொன்னதை போலீஸ் ஹிந்தியில் குறிப்பு எழுதிக் கொண்டது. எனக்கு இந்தி தெரியாததால் கையெழுத்துப் போட்டு விட்டேன்' என்று சொன்னார்.

ஜெசிகா லாலை சுட பயன்படுத்தப்பட்ட துப்பாக்கியை டெல்லி போலீஸ் கடைசி வரை கைப்பற்றவேயில்லை. துப்பாக்கி நிபுணர் சம்பவ இடத்தில் எடுக்கப்பட்ட இரண்டு தோட்டாக்களும் ஒரே துப்பாக்கியிலிருந்து வெளிப்பட்டவைதான் என்று சொல்ல முடியாது என்று சாட்சியம் அளித்தார். ஷர்மாவின் நண்பர்கள் ஷர்மாவுக்கு ஆதரவாக சாட்சியளித்தார்கள்.

இதையெல்லாம் வைத்து நீதிபதி, 'ஷர்மாவையும் அவன் நண்பர்களும் குற்றவாளிகள் இல்லை' என்று தீர்ப்பு வழங்கி அவர்களை விடுதலை செய்தார். தீர்ப்பில், 'இந்த வழக்கில் டெல்லி போலீஸ் சரியான ஆதரங்களை வழங்கவில்லை' என்றும் குறிப்பிட்டார்.

ஷர்மா விடுவிக்கப்பட்டது மக்கள் மத்தியில் பெரிய அதிர்ச்சியை ஏற்படுத்தியது. அனைத்து ஊடகங்களும் இந்தத் தீர்ப்பைக் கண்டித்தன. மக்கள் தங்கள் எதிர்ப்பை மெழுகுவர்த்திகளுடன் ஊர்வலம் நடத்தி பதிவு செய்தார்கள். அலைபேசிகளிலும், மின்னஞ்சல்களிலும் தீர்ப்பைக் கண்டித்து செய்திகள் பறந்தன.

முன்னாள் முதன்மை நீதிபதி வி. என். காரே இந்தத் தீர்ப்பைக் கண்டித்து அறிக்கை வெளியிட்டார். டெஹல்கா செய்தி நிறுவனம் களத்தில் இறங்கியது. அமைச்சர் வினோத் ஷர்மா சாட்சிகளை விலைக்கு வாங்க பணம் கொடுத்தார் என்று ஸ்டார் நியூஸ் தொலைக்காட்சி சேனலில் ஆதாரங்களை வெளிப்படுத்தியது. மத்திய அரசின் அழுத்தத்தால் வினோத் ஷர்மா தன் அமைச்சர் பதவியை ராஜினாமா செய்தார்.

அரசுத் தரப்பு உயர்நீதி மன்றத்தில் அப்பீல் செய்தது. உயர்நீதி மன்றத்தில் மீண்டும் விசாரணை நடந்தது. முடிவில் மனு ஷர்மாவுக்கு ஆயுள் தண்டனை வழங்கியது. மேலும்... கீழ்க் கோர்ட்டில் அவசரகதியில் தீர்ப்பு தந்த நீதிபதியை விமர்சனமும் செய்தது. பொய் சாட்சி சொன்னதற்காக துப்பாக்கி நிபுணர் மற்றும் நடிகர் முன்ஷி மேல் தனியாக வழக்கு தொடரவும் சிபாரிசு செய்தது.

மனு ஷர்மா உச்சநீதி மன்றதில் அப்பீல் செய்தான். அங்கு அவனுக்காக வாதாடினார் புகழ்மிக்க வக்கீலான ராம்ஜெத்மலானி. மீடியாவின் அழுத்தத்தால்தான் உயர்நீதி மன்றம் மாற்றி தீர்ப்பளித்திருக்கிறது என்று அவர் வாதாடினார். ஆனால் உச்சநீதிமன்றம் அதை ஒப்புக் கொள்ளாமல் உயர் நீதி மன்றத்தின் தண்டனைத் தீர்ப்பை உறுதி செய்தது. மனு ஷர்மா திகார் ஜெயிலில் அடைக்கப்பட்டான்.

மனு ஷர்மா ஜெயிலில் இருந்தாலும் அடிக்கடி பெயிலில் வந்தான். ஒரு முறை பெயில் கேட்கக் காரணமாக தன் பாட்டி இறந்துவிட்டதாகக் குறிப்பிட்டான். உண்மையில் அவன் பாட்டி ஒரு வருடம் முன்பே இறந்துவிட்டார்.

இன்னொரு முறை தன் அம்மாவுக்கு உடல்நிலை சரியில்லை என்றும், தான் அருகில் இருந்து கவனித்துக்கொள்ள வேண்டும் என்றும் பெயில் கோரியிருந்தான். அடுத்த நாள் பார்த்தால் அவன் அம்மா தொலைக்காட்சியில் பெண்கள் கிரிக்கெட் பற்றிப் பேட்டி கொடுத்துக்கொண்டிருந்தார். இன்னொரு முறை தன் படிப்புக்காக பரிட்சை எழுத வேண்டும் என்று விண்ணப்பித்திருந்தான். ஆனால்

அவன் பரோலில் வந்து இரவு விடுதிகளில் டிஸ்கொதே ஆடிக் கொண்டிருந்தான். 2015, ஏப்ரலில் பரோலில் வெளியே வந்து திருமணமும் செய்து கொண்டான்.

வினோத் ஷர்மா திகார் ஜெயிலுக்கு அருகில் ஒரு நட்சத்திர ஹோட்டலை விலைக்கு வாங்கினார். அந்த ஹோட்டலில் திகார் ஜெயிலின் வார்டனின் மகனுக்கு ஒரு முக்கிய பதவி தரப்பட்டிருப்பதாகவும், அந்த ஹோட்டலில் மனு ஷர்மா அடிக்கடி தென்படுவதாகவும் சில பத்திரிகைகள் குறிப்பிடுகின்றன. இந்தக் கொலை சம்பவத்தை மையமாக வைத்து 'நோ ஒன் கில்ட் ஜெசிகா' என்று ஒரு இந்தி திரைப்படம் வெளி வந்தது.

டெல்லியில் 1996ஆம் வருடம் பிரியதர்ஷினி என்கிற சட்டக் கல்லூரி மாணவி சக மாணவன் குமார்சிங் என்பவனால் கற்பழித்துக் கொலை செய்யப்பட்டாள். வழக்கு வழக்கம் போல நத்தை வேகத்தில் நகர்ந்தது. காரணம்... குமார் சிங்கின் தந்தை முதலில் பாண்டிச்சேரி காவல்துறையில் ஐ.ஜியாக பணிபுரிந்தவர். வழக்கு நடந்தபோது அவர் டெல்லி போலீசில் துணை கமிஷனர்.

பத்து வருடங்கள் கழித்து 2006இல் விசாரணை கோர்ட் நீதிபதி குமார் சிங்கை குற்றமற்றவர் என்று விடுதலை செய்தார். தன் தீர்ப்பில் அவர், 'டெல்லி போலீஸ் சரிவர இந்த வழக்கை நடத்தவில்லை என்றும், முக்கியமான சாட்சியை ஆஜர்படுத்தவில்லை என்றும், டி.என்.ஏ சோதனை முடிவுகளில் குழப்பம் செய்ததாகவும், குற்றம் சுமத்தப்பட்டவருக்கு ஆதரவாக நடந்து கொண்டது என்றும் குறிப்பிட்டு, குமார்சிங்தான் இந்தக் கொலையைச் செய்தார் என்று தெரிந்தாலும், சந்தேகத்தின் பலனை அளித்து விடுதலை செய்ய வேண்டியிருக்கிறது' என்றார்.

பிரியதர்ஷினியின் வயதான தந்தை தீர்ப்பைக் கண்டித்து எல்லா தொலைக்காட்சி சேனல்களிலும் பேசினார். பத்திரிகைகளின் ஆதரவு அவருக்குப் பெருகியது. மீடியாவும் மக்களும் தந்த அழுத்தத்தால் வழக்கு உயர் நீதி மன்றத்திற்குச் சென்றது.

நான்கு வருடங்கள் விசாரிக்கப்பட்டு 2010 ஆம் வருடம் குமார் சிங்கிற்கு தூக்கு தண்டனை அளித்தது. குமார் சிங் உச்ச நீதி மன்றத்திற்கு சென்று அதை ஆயுள் தண்டனையாக மாற்றிக் கொண்டான். தற்போது அவன் ஜெயிலில் இருந்தாலும் அடிக்கடி பரோல் வழங்கப்படுகிறது. வழக்கு நடந்து கொண்டிருந்த போதே அவன் திருமணம் செய்து கொண்டான். வக்கீலாகவும் பணியாற்றிக் கொண்டிருந்தான்.

இவை இரண்டும் சாம்பிள்கள் தான். இதைப் போல பணபலம், பதவிபலம் மிக்கவர்கள் சம்பந்தப்பட்ட வழக்குகளில் சில சமயம் தாமதமான நீதியும், பல சமயங்களில் அந்தத் தாமதமான நீதி கூட கிடைக்காமலும் போயிருப்பதே உண்மை.

* * *

கொலைக் குற்றவாளிக்கு பூமாலை!

ஒருவன் ஒரு கொலை செய்கிறான். வழக்கு விசாரணைக்காக அவன் நீதி மன்றத்திற்கு வரும் போது அவன் மீது பூக்கள் தூவப்படுகின்றன. வழக்கு செலவுக்காக நூறு ரூபாய் நோட்டுக்களை மக்கள் அள்ளி வீசுகிறார்கள். அவனை திருமணம் செய்யத் தயாரென்று பல இளம்பெண்கள் பேட்டியளிக்கிறார்கள்.

என்ன, எல்லாம் கற்பனையான சினிமா காட்சிகள் போல இருக்கிறதா? இவை அத்தனையும் உண்மை. நிஜத்தில் நடந்தவை.

ஒரு கொலைக் குற்றவாளிக்கு எப்படி இத்தனை மரியாதை தரப்பட்டது?

1959ஆம் வருடம் நடந்த சம்பவம் அது. கவாஸ் மானெக்‌ஷா நானாவதி இந்திய கடற்படையில் கமாண்டர் பதவியில் வேலை பார்த்தவன். கம்பீரமான அழகான தோற்றம் அவன் இங்கிலாந்தில் இருந்த போது சில்வியா என்கிற ஆங்கிலப் பெண்ணைக் காதலித்துத் திருமணம் செய்துகொண்டான். பிறகு பம்பாயில் வேலை. காதல் மனைவி சில்வியாவுடன் உல்லாசமான வாழ்க்கை. மூன்று அழகான குழந்தைகள்.

நானாவதிக்கு வேலை நிமித்தமாக அடிக்கடி வெளியூர் செல்ல வேண்டியிருக்கும் ஒருமுறை

மைசூர் சென்று திரும்பினான். வீட்டில் ஏதோ அசாதாரணமாக உணர்ந்தான். சில்வியாவிடம் வழக்கமான உற்சாகமில்லை. அழுத அடையாளங்களுடன் கண்கள், வாட்டமான முகம்.

என்னவென்று விசாரித்தான். சில்வியாவிடமிருந்து நீண்ட மௌனம். பிறகு வெடித்து அழுதாள். மெதுவாக சொன்னாள். 'நான் உங்களுக்குத் துரோகம் செய்துவிட்டேன்'. நானாவதி அதிர்ந்தான்.

சில்வியாவின் தனிமையை நானாவதியின் 15 வருட நண்பனும், தொழிலதிபனுமான அகூஜா பயன்படுத்திக் கொண்டதாகவும்... கொஞ்சம் கொஞ்சமாக அவனுடைய காதல் வலையில் விழுந்து விட்டதாகவும் சொன்னாள்.

தன் காதல் மனைவியின் இரண்டாவது காதலை அதுவும் அவள் வாயாலேயே கேட்டதும் நொந்து போன நானாவதி, 'நான் தற்கொலை செய்துகொள்ளப் போகிறேன்' என்றான். சில்வியா துடித்தாள். 'நான் செய்த தப்புக்கு நீங்கள் ஏன் தற்கொலை செய்ய வேண்டும்?' என்று அவனைச் சமாதானம் செய்தாள்.

நானாவதி சூழ்நிலையை மாற்றுவதற்காக சில்வியாவையும், குழந்தைகளையும் அழைத்துக் கொண்டு ஒரு சினிமாவுக்கு சென்றான். படம் துவங்கியதும், தனக்கு ஒரு வேலை இருப்பதாகவும், படம் முடிந்ததும் வந்து அழைத்துப் போகிறேன் என்றும் சொல்லி தியேட்டரிலிருந்து தனியாகப் புறப்பட்டான்.

தன் அலுவலகத்திற்கு வந்தான். சொந்த பாதுகாப்புக்காக என்று குறிப்பிட்டு ஆயுத அறையிலிருந்து ஒரு துப்பாக்கியும், தோட்டாக்களும் வாங்கிக் கொண்டு புறப்பட்டு அகூஜாவின் வீட்டிற்கு வந்தான்.

அகூஜா தன் அறையில் இருப்பதாக கதவைத் திறந்த வேலைக்காரி சொன்னாள். நானாவதி நேராக அகூஜாவின் அறைக்குள் சென்றான். மூன்று முறை துப்பாக்கி வெடிக்கும் சத்தம் கேட்டது. பதறியபடி அங்கே ஓடி வந்தாள் அகூஜாவின் தங்கை. அப்போதுதான் குளித்து விட்டு வந்திருந்த அகூஜா இடுப்பில் கட்டிய டவலுடன் தரையில் ரத்த வெள்ளத்தில் கிடந்தான். கையில் துப்பாக்கியுடன் நின்றிருந்த நானாவதி எதுவும் பேசாமல் வெளியேறி காவல் நிலையத்திற்கு வந்து சரணடைந்தான்.

9 ஜுரிகளுடன் வழக்கின் விசாரணை துவங்கியது. (சமூகத்தில் பல துறைகளில் இருந்து கண்ணியமான நபர்கள் நீதிபதியால்

தேர்ந்தெடுக்கப்படுவார்கள். அவர்கள் வழக்கின் விசாரணையை கவனித்து இறுதியில் தங்கள் தீர்ப்பை தனித்தனியாக நீதிப்பகுதிக்குத் தெரிவிப்பார்கள். இந்த ஜுரிகளுக்கு சட்டம் தெரிந்திருக்க வேண்டும் என்கிற அவசியம் இல்லை)

நானாவதி வழக்கில் பெரிய சிக்கல் இல்லை. அது திட்டமிட்ட கொலையா அல்லது திட்டமிடாத கொலையா என்பது மட்டுமே தீர்மானிக்கப்பட வேண்டும். திட்டமிட்ட கொலை என்றால் மரண தண்டனைகூட கிடைக்கலாம். அல்லது ஆயுள் தண்டனையாக குறைந்து விடும்.

நானாவதியின் வாக்குமூலம்; "நான் தற்கொலை செய்து கொள்ளும் நோக்கத்தில் தான் துப்பாக்கி வாங்கினேன். எனக்குப் பிறகு என் மனைவி, மற்றும் குழந்தைகளின் கதி என்ன என்று நினைத்துப் பார்த்தேன். அகூஜாவைப் பார்க்கப் போனேன். அப்போதுதான் குளித்து விட்டு அறைக்குள் வந்த அவனிடம், 'எனக்கு எல்லாம் தெரியும். என் மனைவியை நீ திருமணம் செய்து கொள்வாயா? என் குழந்தைகளை நீ ஏற்றுக் கொள்வாயா?' என்று கேட்டேன். அதற்கு அவன், 'நான் படுத்த எல்லா பெண்களையும் திருமணம் செய்து கொள்ள முடியுமா?' என்று கேட்டதோடு என் கையிலிருந்த துப்பாக்கியைப் பிடுங்க வந்தான். அந்தப் போராட்டத்தில் துப்பாக்கி வெடித்தது."

பிராசிகியூஷன் தரப்பில் பிரபல வக்கீல் ராம்ஜெத்மலானியின் வாதம்; 'நானாவதி அறைக்குள் இருந்ததே ஒரே ஒரு நிமிடம் தான். மூன்று குண்டுகள் அடுத்தடுத்து தொடர்ச்சியாக வெடித்திருக்கின்றன. அங்கே உரையாடலோ, போராட்டமோ நிகழவில்லை. போராட்டம் நிகழ்ந்திருந்தால் குண்டுகள் தொடர்ச்சியாக வெடிக்க வாய்ப்பில்லை. அகூஜாவின் இடுப்பில் இருந்த டவலும் அவிழ்ந்திருக்கும். நானாவதி கொலைத் திட்டத்துடன் துப்பாக்கி வாங்கிச் சென்றான். அறைக்குள் அகூஜாவைப் பார்த்ததும் மூன்று முறை சுட்டான். வெளியேறினான். இதுதான் நடந்திருக்கிறது.'

வழக்கின் விசாரணை பல தினங்கள் நிகழ்ந்தது. பல சாட்சிகள் விசாரிக்கப்பட்டார்கள். இறுதியாக 9 ஜுரிகளில் 8 பேர் இது திட்டமிட்ட கொலை அல்ல என்றும், ஒரே ஒரு ஜுரி இது திட்டமிட்ட கொலைதான் என்றும் தீர்ப்பு வழங்கினார்கள். அரசு அப்பீல் செய்ய, வழக்கு உயர்நீதி மன்றத்திற்குச் சென்றது. அங்கே இது திட்டமிட்ட கொலை தான் என்று முடிவு செய்து நானாவதிக்கு ஆயுள் தண்டனை வழங்கப்பட்டது. சுப்ரீம்

கோர்ட்டும் இதை உறுதி செய்தது... வழக்குக்காக நானாவதி தன் வீடு, கார் எல்லாவற்றையும் விற்க நேர்ந்தது.

இந்த வழக்கின் விசாரணையின் போதுதான் கோர்ட்டுக்கு அவன் வரும் போதும், போகும் போதும், பூக்களும், ரூபாய் நோட்டுகளும் வீசப்பட்டன. சில பெண்கள் ரூபாய் நோட்டுக்களில் லிப்ஸ்டிக் முத்தம் பதித்து வீசினார்கள். நானாவதி பயன்படுத்தியது போன்ற பொம்மைத் துப்பாக்கிகளும் அகூஜா கட்டியிருந்ததைப் போன்ற டவல்களும் தெருக்களில் விற்பனை செய்யப்பட்டன.

இந்த வழக்கின் விசாரணைச் செய்திகளை விடாமல் வெளியிட்டு வந்த பிளிட்ஸ் பத்திரிகை அப்போது மட்டும் ரூபாய் இரண்டுக்கு விற்பனையானது. (அதன் விலை;இருபத்தைந்து பைசா) பிளிட்ஸ் பத்திரிகை நானாவதியை பகிரங்கமாக ஆதரித்தது. 'இது உங்கள் குடும்பத்தில் நிகழ்ந்திருந்தால் என்ன செய்திருப்பீர்கள்?' என்று வாசகர்களைக் கேள்வி கேட்டது. கவர்னருக்கு மன்னிப்புக் கோரும் மனுவை பத்திரிகையில் வெளியிட்டு அதில் கையெழுத்திட்டு அனுப்பச் சொன்னது.

பெரும்பான்மையான மக்கள் நானாவதிக்கு ஆதரவு தெரிவித்தார்கள். சில்வியா மட்டுமில்லாமல் பல இராணுவ அதிகாரிகளின் மனைவிகளுடன் தொடர்பு வைத்திருந்த அகூஜா கொல்லப்பட வேண்டியவனே என்று மக்கள் வாதிட்டார்கள். ஊர்வலம் சென்றார்கள். தொடர்ந்து போராடினார்கள்.

அப்போது கவர்னராக இருந்த நேருவின் சகோதரியான விஜயலட்சுமி பண்டிட் நானாவதியை மன்னித்து விடுதலை செய்ய உத்தரவிட்டார். மூன்று வருட சிறைத் தண்டனையோடு வெளியே வந்த நானாவதி, சில்வியா மற்றும் குழந்தைகளுடன் கனடா சென்று அங்கேயே வாழ்ந்து 2003இல் இறந்து போனான்.

நானாவதி வழக்கின் அடிப்படையில் சுனில்தத், வினோத்கன்னா நடித்த பல இந்தி திரைப்படங்களும், நாடகங்களும், புத்தகங்களும் வந்தன. 40 வருடங்கள் கழித்து ஹிந்துஸ்தான் டைம்ஸ் பத்திரிகை ஒரு சிறப்புக் கட்டுரைக்காக நானாவதியைத் தொடர்பு கொண்ட போது அவன், 'உங்களுக்கு இது ஒரு சுவாரசியமான கதை. எனக்கு என் வாழ்வில் மறக்க வேண்டிய அத்தியாயம். மன்னிக்கவும்' என்று பதில் எழுதினான்.

அன்று நானாவதிக்கு எதிராக தீர்ப்பளித்த ஜூரி பியர்சுக்கு 2009இல் 102 வயது. அவரைக் கேட்ட போது, 'நானாவதி நல்லவன், ஜென்டில்மேன். ஆனால் கொலை கொலைதானே? எதிர்த்து

தீர்ப்பு சொன்னது நான்தான் என்று தெரிந்திருந்தால் மக்கள் நீதி மன்றத்திற்கு வெளியிலேயே என்னைக் கொன்றிருப்பார்கள்' என்றார்.

இந்த வழக்கு இந்தியாவில் மிக முக்கியமான ஒரு வழக்காக மாறிப் போனதற்கு மற்றுமொரு காரணமும் உண்டு. இந்த வழக்குதான் ஜுரிகள் கலந்து கொண்ட கடைசி வழக்கு. ஜுரிகளின் தீர்ப்பு, மீடியா மற்றும் பொது மக்கள் கருத்துகளின் பிரதிபலிப்பாகவே அமைந்து வந்ததால் இந்திய அரசு இந்த வழக்கோடு ஜுரி முறையை ஒழித்தது.

* * *

குற்றம் செய்யாத குற்றவாளிகள்!

ஆயிரம் குற்றவாளிகள் தப்பலாம், ஆனால் ஒரு நிரபராதிகூட தண்டிக்கப்படக் கூடாது. இதுதான் சட்டத்தின் உன்னதமான நோக்கம் என்பார்கள். ஆனால் உலகம் முழுவதும் நூற்றுக்கணக்கான அப்பாவிகள் பல வழக்குகளில் தண்டிக்கப்பட்டிருக்கிறார்கள். அவர்களின் தண்டனைக் காலம் முடிந்தோ அல்லது நடுவிலோ அவர்கள் நிரபராதிகள் என்று நிரூபிக்கப்பட்டு விடுதலையும் ஆகியிருக்கிறார்கள்.

அமெரிக்காவில் 'இன்னொசன்ஸ் ப்ராஜெக்ட்' என்கிற அமைப்பு 1992இல் துவங்கப்பட்டு சிறப்பாக செயல்பட்டு வருகிறது. இதுவரை 300க்கும் அதிகமாக பாதிக்கப்பட்டவர்களுக்குச் சட்ட ரீதியாக போராடி விடுதலை வாங்கித் தந்திருக்கிறது. அதில் தூக்கு தண்டனைக்குக் காத்திருந்த 18 பேரின் உயிரைக் காப்பாற்றியிருப்பது குறிப்பிட வேண்டிய விசயம்.

இந்த அமைப்பின் முயற்சியால் புதிய தீர்ப்பு எழுதப்பட்ட வழக்குகளில் முக்கியமான வழக்கு வர்ஜினியா ராபர்ட்சனின் கொலை வழக்காகும். இந்த வழக்கில் ஒரு அப்பாவி எப்படிக் குற்றவாளியாகத் தண்டிக்கப்பட்டான்? அவன் நிரபராதி என்று எப்படி நிரூபனமானது?

1986ஆம் வருடம், நியூயார்க் மாகாணத்தில் ப்ருக்ளின் நகரம், ஒரு அதிகாலை சாலையின் நடைபாதையில் ஆசாமி ஒருவன் ஜாகிங் செய்து கொண்டிருந்தான். அவனொரு காட்சியை பார்த்தான்.

சாம்பல் நிறத்தில் ஒருகார் வந்துநின்றது. உயரமான, பருமனான சிவப்பு நிறத்தில் ஜீன்ஸ் பேண்ட் அணிந்த நபர் காரிலிருந்து இறங்கினான். காரின் பின்சீட்டிலிருந்து போர்வையால் சுற்றப்பட்டிருந்த பெண்ணைத் தூக்கினான். சாலையோரத்தில் கிடத்தினான். மீண்டும் காரில் அமர்ந்தான் போய்விட்டான். எல்லாம் சில வினாடிகளில் நடந்து முடிந்து விட்டது

ஜாகிங் ஆசாமி காரின் எண்ணை கவனிக்கவில்லை. போனில் தகவல் கொடுக்க... நியூயார்க்கின் போலீஸ் படை வந்துசேர்ந்தது. லூயிஸ் எப்போலிட்டோ என்கிற போலீஸ் அதிகாரி இந்த வழக்கைக் கையாண்டார்.

அவள் பெயர் வர்ஜினியா ராபர்ட்சன். தனியாக வசித்தவள். ஒரு விலைமாது. அவள் கயிறால் கழுத்து நெறிக்கப்பட்டு கொலை செய்யப்பட்டிருக்கிறாள். இவை முதல் கட்ட விசாரணையில் தெரிந்த தகவல்கள்.

வர்ஜினியாவின் வீடு சோதனை செய்யப்பட்டது. தொலைபேசி விபரங்கள் சேகரிக்கப்பட்டன. அக்கம்பக்கத்தில் பலர் விசாரிக்கப்பட்டார்கள். போலீஸ் சிலரை சந்தேகப்பட்டது. அவர்களை அணிவகுத்து நிற்கவைத்தது. பிணத்தை முதலில் பார்த்த ஜாகிங் ஆசாமியை அழைத்து அவர்களில் அடையாளம் காட்டச் சொன்னபோது, அவன் விரல் நீட்டிய நபர் பேரி கிப்ஸ் என்கிற 42 வயது ஆசாமி.

பேரி கிப்சுக்கும் வர்ஜினியாவுக்கும் தொடர்பு இருந்ததும், அவர்களுக்குள் சண்டை ஏற்பட்டதும் உண்மை. ஆனால்... ‘நான் கொலை செய்யவில்லை’ என்றான் கிப்ஸ். சம்பவ இடத்தில் கிப்ஸிடன் கைரேகை எதுவும் இல்லை.

கிப்சிடம் ஒரு கார் இருந்தது. அதுவும் சாம்பல் நிறம். ஆனால் அதன் இரண்டு டயர்களில் காற்று இறங்கியிருந்தது. நான் அதை உபயோகித்து பல நாட்களாயிற்று என்றான் கிப்ஸ். வீட்டில் சோதனை செய்யப்பட்டது. சாட்சி சொன்னது போல ஒரு சிவப்புநிற ஜீன்ஸ் பேண்ட் கைப்பற்றப்பட்டது. அது தன்னுடைய பழைய பேண்ட் என்றும், தற்போது தனக்குச் சேராது என்றும்

சொன்ன கிப்ஸ் அதைப் போட்டும் காட்டினான். அது அவனுக்குச் சேரவில்லை.

ஆனால் இந்த வழக்கில் கண்ணால் பார்த்த சாட்சி மிகவும் உறுதியாக இருந்ததாலும், வர்ஜினியாவுக்கும் கிப்சுக்கும் முன் பகை ஒன்று இருந்ததாலும், அந்தக் கொலையைச் செய்தது கிப்ஸ் தான் என்று தீர்மானமாகி அவனுக்கு இருபது வருடங்கள் சிறைத் தண்டனை என்றும் கோர்ட்டில் தீர்ப்பானது.

கிப்ஸ் கடைசி வரை தான் குற்றவாளி இல்லை என்றுதான் சொல்லி வந்தான். தன் விதியை நொந்தபடியே சிறைத் தண்டனை அனுபவத்த அவன் 1992ஆம் வருடம் தனக்கு உதவுமாறு இன்னொசன்ஸ் ப்ராஜெக்ட் அமைப்புக்குக் கோரிக்கை விடுத்தான். குற்றம் நிகழ்ந்த இடத்திலும் சமர்ப்பிக்கப்பட்ட சாட்சியங்களிலும் அப்போது வழக்கத்திற்கு வர ஆரம்பித்திருந்த டி.என்.ஏ சோதனை செய்தால், தான் குற்றம் செய்யாதவன் என்பது தெரிந்துவிடும் என்று அவன் கேட்டிருந்தான்.

(டி.என்.ஏ என்றால் மரபணு, இது ஒவ்வொரு மனிதனுக்கும் வித்தியாசப்படும். கைரேகையைவிட மிகத் துல்லியமாக இதில் வித்தியாசங்களைக் கண்டுபிடிக்கலாம். ஒரு மனிதனின் எச்சில், கண்ணீர், வியர்வை, தோல், அவன் அணியும் ஆடைகள், மற்றும் அவன் உபயோகப்படுத்தும் பொருள்களில் அவனுடைய மரபணுவை சேகரிக்க முடியும். அமெரிக்காவில் குற்றம் நிகழ்த்த இடங்களிலிருந்து திரட்டி 50 லட்சம் பேரின் மரபணுத் தகவல்களை சேகரித்து வைத்திருக்கிறார்கள்)

நீதி மன்றத்தில் கிப்சின் கோரிக்கை பரிசீலிக்கப்பட்டது. ஆனால் அப்போது வழக்கு தொடர்பான பல சாட்சியகள் தொலைந்தும், அழிந்தும் போயிருந்தன. இருந்த சில சாட்சியங்களில் கிப்சுக்கு பலனளிக்கும் முடிவுகள் எதுவும் வரவில்லை. இன்னொரு முக்கியமான விஷயம்... கிப்சின் வழக்கு ஃபைலையேக் காணவில்லை என்கிற அதிர்ச்சியான செய்தியும் கிடைத்தது.

2005ஆம் வருடம் கிப்சின் வழக்கை விசாரித்த போலீஸ் அதிகாரியான எப்போலிட்டோ கைது செய்யப்பட்டார். அவர் பலவிதமான குற்றங்களைச் செய்துவந்த ஒரு மாஃபியா கும்பலுடன் தொடர்பில் இருந்து வந்தது கண்டுபிடிக்கப்பட்டது. அவருக்கு ஆயுள் தண்டனையுடன் 100 வருடம் சிறை தண்டனை விதிக்கப்பட்டது எப்போலிட்டோவின் வீட்டில் சோதனை போட்ட போது அங்கு கிப்சின் வழக்கு ஃபைல் கைப்பற்றப்பட்டது.

இன்னொசன்ஸ் அமைப்பு மீண்டும் முனைப்புடன் இறங்கியது. சாட்சியை மீண்டும் விசாரித்தபோது, அவன் எப்போலிட்டோ தனக்கு பணம் தந்ததுடன், தன்னை மிரட்டி அடையாள அணிவகுப்பில் கிப்சை அடையாளம் காட்டச் சொன்னதாகச் சொன்னான். தனக்கு தொடர்புள்ள மாஃபியா கும்பலைச் சேர்ந்த ஒருவனை அந்தக் கொலைக் குற்றத்திலிருந்து காப்பாற்ற கிப்சை பலிகடாவாக்கியது தெரிய வந்தது.

கிப்ஸ் விடுதலை செய்யப்பட்டான். எப்போது? தன் தண்டனை காலமான இருபது வருடங்களில் 19 வருடங்களை சிறையில் கழித்த பிறகு, விடுதலையான கிப்ஸ் நியூயார்க் நகர அரசின் மீது தான் சிறையில் இருந்த வருடம் ஒன்றுக்கு ஒரு மில்லியன் வீதம் மொத்தம் 19 மில்லியன் டாலர்கள் நஷ்ட ஈடு வழங்க வேண்டுமென்று வழக்கு தொடுத்தான். அந்த வழக்கு நான்கு ஆண்டுகள் நடந்தது. 2010ஆம் வருடம் கிப்சுக்கு 9.9 மில்லியன் டாலர்கள் (இந்திய மதிப்பில் கிட்டத்தட்ட 50 கோடி) வழங்க வேண்டும் என்று தீர்ப்பானது. இதுதான் நியூயார்க் நகர வரலாற்றில் ஒரு தனி மனிதனுக்கு அரசு அளித்த உச்சமான நஷ்டஈடு தொகையாகும்.

விடுதலையான கிப்ஸ் பத்திரிகையாளர்கள் சந்திப்பில் மனம் விட்டுப் பேசினான்.

'சிறையில் இருந்த ஒவ்வொரு நாளும் மரண வேதனைதான். எந்தத் தவறும் செய்யாமல் தண்டனை அனுபவிக்கிறோமே என்று மனம் நொந்துபோனேன்...டிப்ரஷன் எற்பட்டு மன நலம் கெட்டது. உடல் நலமும் கெட்டது. கம்ப்யூட்டர், செல்போன் என்று உலகமே முற்றிலுமாக மாறிப் போயிருக்கிறது. இனி ஒவ்வொரு நாளும் இதுதான் என் கடைசி நாள் என்று நினைத்துக் கொண்டு வாழப்போகிறேன். என்னை இந்த வழக்கில் சிக்க வைத்த அந்த அதிகாரி நான் அனுபவித்த சிறை என்னும் அதே நரக வேதனையை அனுபவிக்கப் போகிறான் என்பதை நினைத்தால் ஆறுதலாக இருக்கிறது'.

இன்னொசன்ஸ் ப்ராஜெக்ட் போன்ற ஒரு அமைப்பு இந்தியாவில் இருப்பதாகத் தெரியவில்லை. இல்லையென்றால் சிறந்த வழக்கறிஞர்கள் அப்படி ஒரு அமைப்பை உருவாக்கலாம்.

* * *

வெளிச்சம் படாத ஹீரோக்கள்!

ஹீரோ என்றால் திரை நட்சத்திரத்தை நினைப்போம். சாதனைகளைச் சத்தமில்லாமல் செய்து விட்டு விளம்பரம் தேடாமல் வாழும் நிஜமான ஹீரோக்கள் சிலர் இருக்கிறார்கள். யார் அவர்கள்? எப்படி அவர்கள் ஹீரோக்கள்?

அடிக்கடி கற்பழிப்பு செய்திகள் வெளிவந்து நம்மைப் பதற வைக்கின்றன. டெல்லியில் நடைபெற்ற மருத்துவக் கல்லூரி மாணவியின் கற்பழிப்பு நாடு முழுவதும் உச்சமான பரபரப்பை ஏற்படுத்தியது. மீடியாக்களில் கிழித்தார்கள். மாதர் அமைப்புகள் கொடிபிடித்தன. தொலைக்காட்சிகளில் இந்தப் பக்கம் இரண்டு பேர் அந்தப் பக்கம் இரண்டு பேரை வைத்துக்கொண்டு விளம்பர இடைவேளைகளுக்கு நடுவில் வறுத்தெடுத்தார்கள்.

23 வருடங்களுக்கு முன்பு ஒரே கிராமத்தைச் சேர்ந்த 18 பெண்களை ஒரே நேரத்தில் அதுவும் சீருடை அணிந்த அரசு அதிகாரிகள் கற்பழித்த போது இத்தனை பரபரப்பு ஏற்படவில்லை. என்பது தான் உண்மை.

1992இல் தர்மபுரி மாவட்டத்தின் அரூர் வனப்பகுதியில் சித்தேரி மலையடிவாரத்தில் உள்ள சிறிய கிராமம் வாச்சாத்தி. அங்கு மொத்த மக்கள் தொகையே 600 தான். மலையாளம் பேசும் பழங்குடி இனத்து மக்கள் அவர்கள். பெரும்பாலும் கூலித் தொழிலாளிகள்.

சந்தனக்கடத்தல் வீரப்பனை மடக்கிப் பிடிப்பதில் அரசு முனைப்பாய் இருந்த நேரம் அது. வீரப்பன் போர்வையில் சிலர் வனத்துறை அதிகாரிகளைக் கைக்குள் போட்டுக் கொண்டு சில தொழிலாளிகளின் துணையோடு சந்தன மரங்களை வெட்டி ரகசியமாகக் கடத்திக் கொண்டிருந்தார்கள்.

இந்தக் கிராமத்தில் பல வீடுகளில் ஏராளமான மரங்கள் பதுக்கி வைக்கப்பட்டிருப்பதாக நம்பிய வனத்துறை, மாவட்ட கலெக்டர் அனுமதியோடு காவல்துறை அதிகாரிகள், மற்றும் வருவாய்த் துறை அதிகாரிகளுடன் ஒரு கூட்டுச்சோதனை நடத்த மொத்தம் 300 பேர் அந்தக் கிராமத்திற்குள் நுழைந்தனர். அதில் 80 பேர் பெண்கள்.

சோதனை என்கிற பேரில் அங்கு நடந்ததோ அநாகரிகமான, பதற வைக்கும் கொடுமையான செயல்கள். ஆண்கள், பெண்கள் என்று அத்தனை பேரும் அடித்து உதைக்கப்பட்டார்கள். அவர்களின் வீடுகள் சின்னாபின்னமாக்கப்பட்டன. தானியங்கள் தெருக்களில் கொட்டப்பட்டன. மின்சாரம் நிறுத்தப்பட்டது. ஊரிலிருந்த ஒரே மளிகைக் கடை உடைத்து நொறுக்கப்பட்டது. ஊருக்கு தண்ணீர் கொடுத்த கிணற்றில் சைக்கிள்களும், உடைக்கப்பட்ட பம்ப்செட்டுகளும் போடப்பட்டன.

அத்தனை பேரையும் ஒரு ஆலமரத்திற்குக் கீழே அமர வைத்தார்கள். 18 இளம் பெண்களை மட்டும் ஆற்றங்கரையில் தோண்டியெடுக்கப்பட்ட மரங்களை லாரியில் ஏற்ற வேண்டும் என்று சொல்லி சில அதிகாரிகள் அழைத்துச் சென்றார்கள். உடன் புறப்பட்ட பெண் காவலர்களை அங்கேயே தடுத்து நிறுத்திவிட்டார்கள்.

ஆற்றங்கரையில் வெட்ட வெளியில் அந்தப் பெண்களைத் தனித்தனியாகவும் கூட்டாகவும் சில அதிகாரிகள் கற்பழித்தார்கள். அதில் பத்துப் பெண்கள் திருமணமாகாத கன்னிப் பெண்கள். ஒரு பெண்ணிற்கு வயது 13. மற்றவர்கள் திருமணமானவர்கள்.

இதன் பிறகு அழுதுத் துடித்த அந்தப் பெண்களையும், மரத்தடியில் இருந்த குழந்தைகள், சிறுவர்கள், பெண்கள் உள்பட 217 பேரையும் அருரில் இருந்த வனத்துறை அலுவலகத்திற்குக் கொண்டுச் சென்றார்கள். அங்கேயும் கொடுமை தொடர்ந்தது. பெண்களை மிரட்டி ஒருவர் உடையை மற்றவர் உருவ வைத்தார்கள். ஊர் பெரியவரை அந்த மக்களை விட்டே விளக்குமாற்றால் அடிக்க வைத்தார்கள்.

இரண்டு தினங்கள் சித்திரவதை தொடர்ந்தது. மெதுவாக விஷயம் வெளியே கசிந்ததும் அவர்களில் 105 பேர் மீது சோதனை போடச்சென்ற அதிகாரிகளைத் தாக்கியதாக போலீசில் புகார் கொடுத்து கைது செய்து சேலம் சிறையில் அடைத்தார்கள்.

தமிழ்நாடு பழங்குடியினர் அமைப்பின் பிரமுகர்களான பி.சண்முகம், பி. பாமாதி பாஷா ஜான் மற்றும் மார்க்சிஸ்ட் கம்யூனிஸ்ட் கட்சியின் முன்னாள் எம்.எல்.ஏ அண்ணாமலை, ராஜ்ய சபா உறுப்பினர் ஏ. நல்லசிவம் ஆகியோர் இந்தப் பிரச்சனையைக் கையில் எடுத்தார்கள். நீதிமன்றத்தை நாடினார்கள்.

ஒப்புக்கு ஒரு ஆர்.டி.ஓ சென்று விசாரணை நடத்திவிட்டு கற்பழிப்பு சம்பவம் நடந்ததாகச் சொல்வதை நம்ப முடியவில்லை என்றும், வீடுகளை அவர்களே சேதப்படுத்திவிட்டு அதிகாரிகள் மீது பழி போடுவதாகவும் அறிக்கை தந்தார். உச்ச நீதி மன்றத்தின் உத்தரவால் சி.பி.ஐ இந்த வழக்கை விசாரித்தது. கற்பழிப்பு நடந்ததும், மக்கள் பாதிக்கப்பட்டதும் உண்மை என்று அதன் அறிக்கை சொன்னது. அதன் பிறகுதான் தர்மபுரியில் இந்த வழக்கின் விசாரணை துவங்கியது.

அரசு அதிகாரிகளின் மீதான வழக்கு என்பதால் இந்த வழக்கை எல்லா வழிகளிலும் இழுத்தடித்தது அரசுத் தரப்பு. குற்றம் சாட்டப்பட்டவர்கள் அதிகம் என்பதால் சிறப்பு நீதி மன்றம் கட்டப்பட்டது. ஏகப்பட்ட சாட்சிகள் விசாரிக்கப்பட்டார்கள். அதில் பலர் மிரட்டலுக்கு பயந்து முரண்பாடான வாக்குமூலம் அளித்தார்கள்.

கற்பழித்தவர்கள், பாதிக்கப்பட்டவர்கள் அடையாளம் காட்ட வேண்டியது சட்டப்படி ஒரு முக்கியமான விஷயம். அந்த அடையாள அணிவகுப்பை அரசுத் தரப்பு வேண்டுமென்றே நான்கு முறை தள்ளிவைத்தது. சாட்சி சொல்ல வந்த பெண்கள் மிரட்டப்பட்டார்கள்.

அடையாள அணிவகுப்புக்கு அந்தப் பெண்களை வேட்டி சட்டை அணிவித்து, தலைப்பாகைக் கட்டி ஆண்களைப் போல வேடமிட்டு அழைத்து வந்தார்கள். பெண்களைக் குழப்புவதற்காகவே 1500 பேருக்கு நடுவில் குற்றம் சுமத்தப்பட்டவர்களைக் கலந்து நிறுத்தினார்கள். ஆனாலும் பாதிக்கப்பட்ட பெண்கள் தங்களைக் கற்பழித்தவர்களைச் சரியாக அடையாளம் காட்டினார்கள்.

2011ஆம் வருடம்... அதாவது குற்றம் நடந்து 19 வருடங்கள் கழித்து இந்த வழக்குக்கான தீர்ப்பு வழங்கப்பட்டது. குற்றம்

சுமத்தப்பட்ட 269 பேரும் குற்றவாளிகள் என்று அறிவிக்கப்பட்டது. அவர்களுக்கு ஒரு வருடம் முதல் பத்து வருடங்கள் வரை சிறைத் தண்டனை அளித்து தீர்ப்பு வழங்கினார் நீதிபதி எஸ். குமரகுரு. அவர் தன் தீர்ப்பில். 'இது மிகவும் வெறுக்கவும் வெட்கப்படவும் வேண்டிய சம்பவம். இந்த நாகரிக காலத்தில் அநாகரிகமான கற்காலத்தின் காட்டுமிராண்டித்தனத்தை நினைவுபடுத்தும் சம்பவம் இது' என்று குறிப்பிட்டார்.

இந்த இடைப்பட்ட காலத்தில் தண்டனை பெற்றவர்களில் 54 பேர் இறந்து போயிருந்தார்கள். பலர் பணியிலிருந்து ஓய்வு பெற்றிருந்தார்கள். சிலர் உடனே உயர் நீதிமன்றத்தில் அப்பீல் செய்து விடுதலையானார்கள்.

தீர்ப்பு வந்த மறுநாள் வாச்சாத்தியில் பட்டாசு வெடித்து கொண்டாடினார்கள். கோயில்களுக்குச் சென்று நேர்த்திக் கடன் செய்தார்கள். அன்று ஏழாம் வகுப்பு படித்துக் கொண்டிருந்த பெண் தீர்ப்பு வந்த நாளில், 'அன்று நான் விடுப்பில் இருந்தேன். பள்ளிக்குச் சென்றிருந்தால் அந்தக் கற்பழிப்பிலிருந்து தப்பியிருப்பேன். என் கல்வி, இளமை, எல்லாம் போயிற்று' என்று அழுதாள்.

பாதிக்கப்பட்ட பெண்களை அதே கிராமத்தைச் சேர்ந்த இளைஞர்கள் திருமணம் செய்து கொண்டு இன்றும் வாழ்ந்து வருகிறார்கள் இந்தச் சம்பவத்தை அடிப்படையாக வைத்துச் சில குறும்படங்கள் எடுக்கப்பட்டிருக்கின்றன. வாச்சாத்தி என்னும் பெயரில் ஒரு திரைப்படமும் வந்தது.

பாதிக்கப்பட்ட ஒரு கிராமத்தின் மக்களுக்கு நீதி கிடைப்பதற்காக 19 வருடங்கள் பொறுமையாகவும், மன உறுதியோடும் போராடிய கம்யூனிஸ்ட் பிரமுகர்களும், பழங்குடி அமைப்பின் பிரமுகர்களும், வாதாடிய வக்கீல்களும், நல்ல தீர்ப்பு தந்த நீதிபதிகளும்... இவர்களையெல்லாம்விட பாதிக்கப்பட்ட பெண்களை மணந்து வாழ்வு தந்த பெயர் தெரியாத அந்த வாச்சாத்தி இளைஞர்களும் நிஜ வாழ்க்கையில் ஹீரோக்கள் இல்லையா?

* * *

ஹீரோவாக மாறிய வில்லன்

ரத்னாகர் ஒரு கொள்ளைக்காரன். அவன் நாரதரிடமே கொள்ளையடிக்க முற்பட்டபோது மாட்டிக்கொண்டான். 'இந்தப் பாவத்தில் பங்கெடுக்க உன் குடும்பத்தினருக்கு சம்மதமா?' என்று கேட்டார் நாரதர். ரத்னாகர் குடும்பத்தில் கேட்க, அவர்கள் யாரும் சம்மதிக்கவில்லை. அன்று மனம் திருந்திய ரத்னாகர் நாரதர் சொல்லித்தந்த மந்திரத்தை ஜெபித்து தவமிருந்தான். உடல் மறையுமளவிற்கு எறும்பு கோபுரமாக புற்று கட்டியது. வரம் கிடைத்தது. அவர் தான் இராமாயணத்தை எழுதிய வால்மீகி. (சமஸ்கிருதத்தில் வால்மீகம் என்றால் எறும்புப் புற்று என்று பொருள்)

இன்று அமெரிக்காவில் வாழும் ரத்னாகர் ஃபிராங்க் அபாக்னேல், ஒரு சமயம் அமெரிக்கா, ஸ்வீடன், ஃபிரான்ஸ் என்று பனிரெண்டு நாடுகளில் தேடப்படும் குற்றவாளியாக இருந்தவன். அமெரிக்காவின் குற்றப் புலனாய்வுத் துறையான எஃப். பி.ஐக்கு பெரிய சவாலாக இருந்த இவன் இப்போது அதேத் துறையால் ஒரு ஹீரோவாக மதிக்கப்படுபவன். ஒரு வில்லன் எப்படி ஹீரோ ஆனான்?

அபாக்னேலுக்கு 12 வயதான போது பெற்றோருக்குள் விவாகரத்து நடந்தது. அப்பாவிடம்

பாசமாக வளர்ந்த அபாக்னேல் தன் 16வது வயதில் முதன்முதலாக அவரின் கிரெடிட் கார்டு மூலம் 3400 டாலர்கள் மோசடி செய்தான். அதில் சுவைகண்டு பல வங்கிகளில் பொய்யான பெயர்களில் கணக்குகள் துவங்கி போலி காசோலைகள் தயாரித்து புத்திசாலித்தனமாக கிட்டத்தட்ட 25 லட்சம் டாலர்களுக்கு மோசடிகள் செய்தான்.

அபாக்னேலுக்குப் பிடித்த விஷயம்... ஆள்மாறாட்டம் செய்வது. விமானியாக, டாக்டராக, வக்கீலாக, சிறை அதிகாரியாக, காவல் அதிகாரியாக, கல்லூரி விரிவுரையாளராக வெவ்வேறு பெயர்களில் புதுப்புது அடையாளங்களில் பல நிறுவனங்களைச் சாமர்த்தியமாக ஏமாற்றினான்.

பான் ஆம் என்கிற பிரபலமான விமான நிறுவனத்தில் ஆரம்பித்தது இந்த ஆள்மாறாட்ட விளையாட்டு. போலி அடையாள அட்டை தயாரித்து, தன் சீருடை தொலைந்து போனதாகச் சொல்லி, உடைப் பிரிவிலிருந்து சீருடை பெற்று, பயிற்சி விமானி என்கிற போர்வையில் விமானங்களில் பறக்கத் துவங்கினான். அப்படி 26 நாடுகளுக்கு 250 பயணங்கள் மேற்கொண்டான்.

ஒருமுறை முப்பதாயிரம் அடி உயரத்தில் 140 பயணிகளுடன் பறந்த விமானத்தை இயக்க இவன் அனுமதிக்கப்பட்ட போது பதட்டம் வந்தது. தன் உயிரையும் சேர்த்து இத்தனை பேரின் உயிர்களை பணயம் வைக்கிறோமே என்கிற பயத்தின் காரணமாக அந்த வேடத்தைக் கலைத்தான். அதுவரை ஒரு விமானிக்குரிய சம்பளம் மற்றும் அத்தனைச் சலுகைகளையும் அனுபவித்தான்.

அடுத்து டாக்டர் சான்றிதழ் தயாரித்துக் கொண்டான். சூப்பர்வைசர் வேலையில் ஒரு பெரிய மருத்துவமனையில் சேர்ந்தான். அந்த வேலைக்கு நோயாளிகளுக்கு மருத்துவம் பார்க்கத் தேவையில்லை. அதிலும் ஒருநாள் சிக்கல் வந்தது. ஓர் இரவில் அவசர நோயாளியாக சேர்க்கப்பட்ட ஒரு குழந்தைக்கு இவனை வைத்தியம் பார்க்கச் சொல்லிவிட்டார்கள். புரியாமல் விழித்த அபாக்னேல் அந்தச் சமயம் பயிற்சிக்கு வந்திருந்த மருத்துவ மாணவர்களை அழைத்து அவர்களுக்கு இது பயிற்சி என்று உத்தரவிட்டு வைத்தியம் பார்க்க வைத்தான். மனசாட்சி உறுத்தவே இந்த வேலையிலிருந்தும் விலகினான்.

இவனைக் கைது செய்வதற்காக நியமிக்கப்பட்ட காவல் அதிகாரி பல விதமாக பொறி வைத்துக்கொண்டிருந்தார். ஆனால் இவன்

அவருடன் தொடர்பில் இருந்தபடி அவருக்குப் போக்குக்காட்டி ஊர் ஊராக தப்பித்துச் சென்றான். பிறகு பிடிபட்டு ஸ்வீடன் நாட்டிலும், ஃபிரான்ஸ் நாட்டிலும் தலா ஆறு மாதங்கள் சிறைகளில் இருந்தான்.

அமெரிக்காவில் இவன்மேல் இருந்த வழக்குகளுக்காக அதிகாரி இவனைக் கைது செய்து விமானத்தில் அமெரிக்காவிற்கு அழைத்து வந்தார். விமானம் ரன்வேயில் நிறுத்தத்திற்கு வரும் சமயம் விமானத்தின் அத்தனை வழிகளும் இவனுக்கு அத்துப்படி என்பதால் கழிவறையிலிருந்து நைசாக நழுவி வேறு வழியில் தப்பித்து விமான நிலையத்தை விட்டு ஓடிவிட்டான்.

ஆனால் போலீசின் இடைவிடாத துரத்தலில் மாட்டிக் கொண்டான். அமெரிக்காவின் கோர்ட் இவனுக்கு 12 வருடங்கள் சிறை தண்டனை கொடுத்தது. அந்தச் சிறையிலிருந்தும் சாமர்த்தியமாக தன்னைச் சிறைத்துறை அதிகாரியாக நம்ப வைத்து தப்பித்தான். மீண்டும் பிடித்து சிறையில் அடைத்தார்கள்.

இவனைக் கைது செய்த காவல்துறை அதிகாரிக்கு இவன் மேல் கோபமிருந்தாலும் இவனுடைய அபாரமான புத்திசாலித்தனத்தின் மீது மிகுந்த மரியாதை இருந்தது. பல காசோலை மோசடி வழக்குகளில் இவனிடம் ஆலோசனை கேட்டார் அவர். சிறைத் தண்டனையை ஐந்து வருடங்களோடு முடித்து இவனைத் தன் கட்டுப்பாட்டில் வைத்துக்கொண்டு மோசடி வழக்குகளைத் தீர்க்க உதவி செய்ய வைத்தார்.

விடுதலையான அபாக்னேல் சில வேலைகளில் சேர்ந்தான். ஆனால் இவனுடைய குற்றப் பின்னணி தெரிந்ததும் உடனே வேலையைவிட்டு நிறுத்தினார்கள் மனம் நொந்துபோன அபாக்னேல் தன் புத்திசாலித்தனத்தையே ஆக்கப்பூர்வமாகப் பயன்படுத்தினால் என்ன என்று யோசித்தான்.

அபாக்னேல் ஒரு வங்கியின் உயர் அதிகாரியிடம் தன் குற்ற வரலாறு முழுவதும் சொல்லிவிட்டு, ‘உங்கள் வங்கி ஊழியர்கள் மத்தியில் ஒரு மணி நேரம் நான் பேசுகிறேன். காசோலை மோசடிகளை எப்படித் தடுக்க முடியும் என்று விளக்குகிறேன். என் பேச்சு உபயோகமாக இருந்தால் எனக்கு 500 டாலர்கள் தாருங்கள்’ என்றான். அனுமதி அளிக்கப்பட்டது. அற்புதமாகப் பேசினான். அபாக்னேல், பணம் தந்ததுடன் மற்ற வங்கிகளுக்கும் சிபாரிசு செய்தார் அந்த அதிகாரி.

காசோலை மோசடிகளுக்கு எதிரான வழிமுறைகளை வங்கிகளுக்கும், நிதி நிறுவனங்களுக்கும் வழங்குவதையே தொழிலாக மேற்கொண்டான். காவல் துறைக்கும் ஆலோசகராக பணியைத் தொடர்ந்தான். 67 வயதான அபாக்னேல் இன்று மிகப்பெரிய இடத்தில் இருக்கிறான். தவறு... இருக்கிறார் என்று தான் சொல்ல வேண்டும்.

அபாக்னேலால் துவங்கி வெற்றிகரமாக நடைபெற்று வரும் இந்த நிறுவனம் இப்போது 14000 நிறுவனங்களுக்கு ஆலோசனைகள் வழங்கி வருகிறது. மூன்று புத்தகங்கள் எழுதியுள்ளார். நிறைய விருதுகள்பெற்று, பல தொலைக்காட்சிகளுக்கு பேட்டிகள் கொடுத்துள்ளார். ஒரு தொண்டு நிறுவனம் நிதி திரட்டும் ஒரு நிகழ்ச்சியாக அபாக்னேலின் சிறப்புரைக்கும் அவருடன் ஒரு இரவு விருந்து சாப்பிடவும் 250 டாலர்கள் என்று நிர்ணயித்து டிக்கெட்டுகள் விற்று 4 லட்சம் டாலர்கள் நிதி திரட்டியது என்றால் ஒரு பேச்சாளராக இவரின் பிரபல்யத்தைப் புரிந்து கொள்ளலாம்.

அபாக்னேலின் மூன்று மகன்களில் ஒரு மகன் இன்றைக்கு காவல்துறையில் ஒரு அதிகாரியாக இருக்கிறார் அபாக்னேலின் வாழ்க்கையை அடிப்படையாக வைத்து ஹாலிவுட் டைரக்டர் ஸ்டீஃபன் ஸ்பீல்பெர்க் எடுத்த 'கேட்ச் மி இஃப் யூ கேன்' திரைப்படம் வசூலில் சாதனை புரிந்தது.

அபாக்னேல் ஒரு பேட்டியில், 'நான் செய்த குற்றங்கள் மிகவும் மோசமானவை, ஒழுக்கமற்றவை, நியாயமற்றவை. அதனால் தான் மூன்று ஜனாதிபதிகள் எனக்கு பொது மன்னிப்பு வழங்க முன்வந்தபோதும் நான் அதை ஏற்றுக் கொள்ளவில்லை. மோசடிக் குற்றங்களைப் பொருத்தவரையில்... மோசடிகள் நடக்காமல் இருக்க என்ன செய்யலாம் என்று யோசிப்பதுதான் சிறந்ததாக நான் கருதுகிறேன்' என்றார்.

* * *

அழகியின் அழகற்ற மரணம்!

மர்லின் மன்றோ ஹாலிவுட் நடிகை. 1945 முதல் 1962 வரை ஆதிக்கம் செலுத்தியவர். சிறந்த கவர்ச்சி மங்கையாகப் பல பத்திரிகைகளால் தேர்வு செய்யப்பட்ட இவர் அழகில் இளைஞர்கள் கிறங்கியிருக்கிறார்கள். 1953இல் துவங்கப்பட்ட பிளேபாய் பத்திரிகையின் முதல் இதழில் நிர்வாணமாக போஸ் கொடுத்து பரபரப்பை ஏற்படுத்தியவர்.

தந்தை இல்லை. தாய்க்கோ மனநல பிரச்சினைகள். ஆகையால் அனாதை இல்லங்களில் வளர்ந்தார். 16 வயதிலேயே திருமணம் செய்ய வேண்டிய சூழ்நிலை. பிறகு அந்தத் திருமணத்தை ரத்து செய்தார். நடிகையான பிறகு இரண்டு திருமணங்கள். இரண்டும் தோல்வி. மீண்டும் மீண்டும் விவாகரத்துகள். குழந்தை இல்லை. தனிமையான வாழ்க்கை.

மர்லின் மன்றோ கல்லூரியில் படிக்காதவர். ஆனால் புத்தகங்கள் படிப்பதில் ஆர்வமுள்ளவர். வீட்டில் லைப்ரரி வைத்திருந்தவர். கவிதைகள் எழுதுவார். இசை பிடிக்கும். லிப்ஸ்டிக், மஸ்காரா மிக மிக பிடிக்கும். நகைகளில் ஆர்வமில்லை. நாய்கள் பிடிக்கும். சமூக சேவைகளில் ஆர்வம் கொண்டவர்.

அவருடைய கருத்துகள் அப்போது புருவம் உயர்த்த வைத்தன. செக்ஸ் என்பது இயற்கையானது. "நான் இயற்கையை மதித்து வாழ்பவள்... ஒரு பெண்ணின்

அழகான உடல் மூடி மறைப்பதற்கல்ல, மற்றவர்கள் பார்த்து ரசிக்க!... ஒரு பெண்ணால் பலமுறை உண்மையாக காதலிக்க முடியும். ஹாலிவுட் என்பது ஒரு பெண்ணின் முத்தத்திற்கே 50000 டாலர்களும், அவள் மனத்திற்கு வெறும் 50 செண்டும் தரக் கூடியது..." இவை அவர் சொன்னவை.

அமெரிக்காவின் அதிபர் ஜான் எஃப் கென்னடியின் 45வது பிறந்த நாள் விழாவில் அதற்காகவே வடிவமைக்கப்பட்ட கவர்ச்சியான உடையில் 45வது ஹேப்பி பர் த் டே டு பிரெசிடெண்ட் என்று மேடையில் மன்றோ பாடினார். கென்னடி பேசும்போது, 'மன்றோவின் குரலால் வாழ்த்து பெற்ற பிறகு இத்துடன் நான் பதவியிலியிலிருந்தே ஓய்வு பெற்று விடலாம்' என்றார். அன்றிரவு நடந்த விருந்திலும் மர்லின் மன்றோ கலந்துகொண்டார். (அந்த உடை அவர் மரணத்திற்குப் பிறகு 12 லட்சம் டாலர்களுக்கு ஏலத்தில் விலைபோனது)

திருமண தோல்விகள் மற்றும் சில காதல் தோல்விகள் மன்றோவை மதுப் பழக்கத்திற்கும், போதை மாத்திரை பழக்கத்திற்கும் தள்ளியது. தொழிலில் கவனம் சிதறியது. பல டேக்குகள் வாங்கினார். சில படங்களிலிருந்து நீக்கப்பட்டார் மன அழுத்தத்திற்கு வைத்தியம் செய்து கொண்டார். சில முறை தற்கொலைக்கு முயன்று காப்பாற்றப்பட்டார்.

1962, ஆகஸ்ட் 5ஆம் தேதி அதிகாலை மூன்று மணிக்கு மர்லின் மன்றோ தன் படுக்கையறை கட்டிலில் நிர்வாணமாக, கையில் தொலைபேசியின் ரிசீவரைப் பிடித்தபடி மூச்சில்லாமல் கிடந்தார். டாக்டர் அழைக்கப்பட்டு கண்ணாடி ஜன்னல் உடைக்கப்பட்டு உள்ளே சென்று முதலுதவி செய்தும் காப்பாற்ற முடியவில்லை. மருத்துவப் பரிசோதனையில் அளவுக்கு அதிகமாக தூக்க மாத்திரைகள் சாப்பிட்டிருப்பதைக் கண்டுபிடித்தார்கள். தற்கொலை என்று வழக்கு மூடப்பட்டது.

ஆனால் இந்த மரணம் குறித்து சர்ச்சைகளும், பதில் இல்லாத பல கேள்விகளும் தொடர்கின்றன. அது ஒரு திட்டமிட்ட கொலை என்கிற கோணத்தில் பல புத்தகங்கள் எழுதப்பட்டிருக்கின்றன. பல தொலைக்காட்சிகள் தங்கள் டீமை வைத்து துப்பறிந்து நிகழ்ச்சிகளை ஒளிபரப்பினார்கள். இவர்களின் யூகம் இதுதான்;

அதிபர் ஜான் எஃப் கென்னடிக்கும் மன்றோவுக்கும் காதல் ஏற்பட்டது. நடிகரும், கென்னடியின் மைத்துனருமான பீட்டர் லாஃபோர்டின் வீட்டில் இருவரும் சந்தித்துக் கொண்டார்கள்.

அதிபர் தன் மனைவியை விவாகரத்து செய்து விட்டுத் தன்னை மணந்து கொள்வார் என்று மன்றோ நம்பினார்.

அதிபர் தன் சகோதரர் ராபர்ட் கென்னடியை அழைத்து மன்றோவைச் சந்தித்து இனி உன்னை வெள்ளை மாளிகைக்கு போன் செய்து அழைக்கக் கூடாதென்று எச்சரித்து விட்டு வரச் சொன்னார். எச்சரிக்கச் சென்ற ராபர்ட்டுக்கு மன்றோவைப் பிடித்துவிட்டது.

ராபர்ட்டுடன் மன்றோவுக்கு புதிய காதல் ஆரம்பித்தது. ராபர்ட்டுக்கும் அவரை திருமணம் செய்துகொள்ளும் நோக்கம் இல்லை. மன்றோ, 'உங்கள் இருவரைப் பற்றிய ரகசியங்களை பத்திரிகையாளர்கள் சந்திப்பு நடத்தி பகிரங்கப் படுத்துவேன்' என்று மிரட்டினார்.

மன்றோ இறந்த தினத்திற்கு முதல் நாள் மன்றோவுக்கும் ராபர்ட் கென்னடிக்கும் வாக்குவாதம் உச்சத்திற்குச் சென்றது. அருகில் பீட்டர் லாஃபோர்டும் இருந்தார். கோபத்தின் உச்சத்தில் மன்றோ ஒரு கத்தி எடுத்து ராபர்ட் கென்னடியைக் குத்த முற்பட்டார். கத்தி வலுக்கட்டாயமாகப் பிடுங்கப்பட்டது. ராபர்ட் கென்னடியின் உதவியாளர்களும் மனநல மருத்துவர் ரால்ஃப் க்ரீன்சனும் வரவழைக்கப்பட்டார்கள்.

அவருக்குச் சில குறிப்புகள் தந்துவிட்டு கென்னடியும் பீட்டர் லாஃபோர்டும் சென்று விட்டார்கள். அதன் பிறகு அடியாட்களின் உதவியுடன் மன்றோவை நிர்வாணப்படுத்தி டாக்டர் எனிமா மூலம் உயிரைப் போக்கும் அளவிற்கு மருந்தைச் செலுத்தினார், மன்றோவை கட்டிலில் படுக்க வைத்து தற்கொலை போல செட்டப் செய்தார்கள்.

இந்த யூகங்களுக்கு ஆதாரமாக பலர் குறிப்பிடும் அம்சங்கள்;

1. அந்தப் படுக்கையின் விரிப்பு கசங்காமல் இருந்தது. மேஜையில் காலியாக இருந்த மாத்திரை பாட்டிலின் மூடி சரியாக மூடப்பட்டிருந்தது. மாத்திரைகளை விழுங்க ஒரு கண்ணாடி டம்ளரோ, தண்ணீரோ, மது வகைகளோ எதுவும் இல்லை. அந்த அறையில் வாந்தி எதுவும் இல்லை.

2. போஸ்ட் மார்ட்டம் செய்த டாக்டரின் அறிக்கைப்படி மன்றோ வயிற்றில் கிட்டத்தட்ட 60 மாத்திரைகள் அளவிற்கு மருந்து இருந்தது. அது வாய்வழியாக உட்கொள்ளப்படவில்லை. (அந்த அளவில் கிட்டத்தட்ட 30 பேரைச் சாகடிக்கலாம்)

3. மன்றோவின் வழக்கு விசாரணை தொடர்பான பல மருத்துவ அறிக்கைகளும், விசாரணை அறிக்கைகளும் பிறகு காணாமல் போயின.

4. மன்றோவின் வீட்டில் தங்கியிருந்தவரும், அவரின் உதவியாளருமான யூன்சிமுர்ரே போலீஸ் விசாரணையில் பல தகவல்களை மாற்றி மாற்றிச் சொன்னார்.

5. ஆம்புலன்ஸ் வரவழைக்கப்பட்டபோது அதில் வந்த முதலுதவி அளிக்கும் நபரின் பார்வையில் மருத்துவர் க்ரீன்சன் மன்றோவுக்கு முறையான முதலுதவிகள் செய்யவில்லை.

6. 1985இல் பி.பி.சி தொலைக்காட்சி நடத்திய ஒரு பேட்டியில் மன்றோவின் உதவியாளர் முர்ரே போலீசிடம் தெரிவித்ததையே சொல்லிவிட்டு, விளக்குகள் அணைக்கப்பட்டதும் (ஆனால் மைக் அணைக்கப்படாததைக் கவனிக்காமல்) சலிப்புடன், 'இந்த வயதிலும் நான் பொய் சொல்ல வேண்டுமா? மன்றோவுக்கு இரண்டு கென்னடிகளோடும் தொடர்பு இருந்தது' என்று உளறி விட்டார்.

7. 1972ல் மன்றோவின் வீட்டை வாங்கியவர் அதைப் புதுப்பிக்க இடித்த போது வீட்டின் எல்லா அறைகளிலும் நவீனமான ஒட்டு கேட்கும் கருவிகள் மறைத்து வைக்கப்பட்டிருந்ததைக் கண்டுபிடித்தார்.

8. சமீபத்தில் 2014ஆம் வருடம் 'தி மர்டர் ஆஃப் மர்லின் மன்றோ கேஸ் க்ளோஸ்ட்' என்கிற புத்தகம் வெளியிடப்பட்டு விற்பனையில் சாதனை படைத்தது. அதை எழுதியவர்கள் ஜாய் மார்க்லோஸ் மற்றும் ரிச்சர்ட் பஸ்கின். இதில் பீட்டர் லாஃபோர்ட் மனம் விட்டு சொன்ன பல ரகசிய தகவல்கள் வெளியிடப்பட்டிருக்கின்றன.

மன்றோவை மனதிற்குள் காதலித்தவர்கள் பலர். அதில் முக்கியமானவர்கள் பிளேபாய் பத்திரிகையின் ஆசிரியரான ஹக் ஹெஃப்னர். அவர் மன்றோவின் உடல் அடக்கம் செய்யப்பட்ட லாஸ் ஏஞ்சல்ஸ் நகரத்தில் மன்றோவின் கல்லறைக்கு அருகில் தனக்காக இடம் வாங்கினார்.

முதுமையை நினைத்தால் பயம் என்று அடிக்கடி சொன்ன மன்றோ தன் 36ஆவது வயதில் முதுமையைக் காணாமலேயே மறைந்தார். ஒரு திறந்த புத்தகமாக வாழ்ந்த அவரின் மரணத்தின் பக்கங்கள் மட்டும் மூடப்பட்ட பக்கங்களாகவே இருக்கின்றன.

* * *

விமானக் கடத்தலில் விசித்திரம்!

*1971*ஆம் வருடம், நவம்பர் மாதம் 24ஆம் தேதி, அமெரிக்காவின் போர்ட்லேண்ட் விமான நிலையத்திலிருந்து முப்பது நிமிட பயணத்தில் சியாட்டில் விமான நிலையத்தை அடையப் போகிற போயிங் 727 விமானம் 36 பயணிகளுடன் புறப்பட்டு வானில் பறக்கத் துவங்கியது.

பின்சீட்டில் கடைசியாக அமர்ந்திருந்த சூட், டை அணிந்த, டி.பி.கூப்பர் என்னும் பயணி பணிப்பெண்ணை அழைத்தான். ஒரு துண்டுச் சீட்டைக் கொடுத்தான். பார்த்தவள் முகம் வெளிறியது.

தன் பெட்டியில் வெடிகுண்டு இருப்பதாகவும், தன்னருகில் அமரும்படியும் அதில் டைப் செய்யப்பட்டிருந்தது.

அவள் அமர்ந்தாள். அவன் தன் பெட்டியைத் திறந்து காட்டினான். அதில் டெட்டனேட்டர்கள் இணைக்கப்பட்ட வெடிகுண்டுகள் இருந்தன.

விமானக் கடத்தல் பற்றிச் சக பயணிகளுக்கு தெரியக் கூடாதென்றான். விமானிமூலம் தன் கோரிக்கைகள் சொல்லப்பட வேண்டும் என்றும், அந்தக் கோரிக்கைகள் நிறைவேற்றப்படும் வரை விமானம் தரை இறங்காமல் வானத்திலேயே வட்டமிட்டுக் கொண்டிருக்க வேண்டும் என்றும் கட்டளைகள் பிறப்பித்தான்.

அவன் வைத்த கோரிக்கைகள்; 1. இரண்டு லட்சம் டாலர்கள் இருபது டாலர் நோட்டுக்களாக வேண்டும். 2. விமானத்திற்கு எரிபொருள் நிரப்ப வேண்டும். 3. நான்கு சிறப்பான பாராசூட்டுகள் வேண்டும்.

விமானிமூலம் நிபந்தனைகள் தெரிவிக்கப்பட்டதும், காவல்துறையின் உயரதிகாரிகள், விமானக் கடத்தல்களைக் கையாள்வதில் சிறப்புப் பயிற்சிபெற்ற நிபுணர்கள் எல்லோரும் சியாட்டில் விமான நிலையத்தில் குவிந்தார்கள் கலந்து பேசினார்கள்.

பயணிகளின் உயிர் முக்கியம். கோரிக்கைகள் நிறைவேற்றுவதைத் தவிர வேறு வழியில்லை. அவசர அவசரமாக அவன் கேட்டதையெல்லாம் தயார் செய்யத் துவங்கினார்கள். கிட்டத்தட்ட மூன்று மணி நேரம் விமானம் வானிலேயே வட்டமிட்டுக் கொண்டிருந்தது. பயணிகளுக்கு எந்தக் கவலையும் ஏற்படாதபடி பொருத்தமான காரணங்களை விமானிகள் அறிவித்துக் கொண்டிருந்தார்கள்

இருபது டாலர் நோட்டுக்களாக பத்தாயிரம் நோட்டுகள்! அவை ஒவ்வொன்றும் மைக்ரோ ஃபிலிமில் படம் பிடிக்கப்பட்ட பின் பண்டல்களாக்கப்பட்டு ஒரு பையில் வைக்கப்பட்டன.

எல்லாம் தயார் என்று தகவல் சொல்லப்பட்ட பிறகு விமானம் தரை இறங்கியது. அதிரடி நடவடிக்கைக்குத் தயாராக வீரர்கள் இருந்தார்கள். தீயணைப்புக் கருவிகளும், பேரிடர் மீட்புக் குழுவும் தயாராக இருந்தது.

பயணிகள் தங்கள் விமானம் கடத்தப்பட்டது அறியாமலேயே இறங்கினார்கள். எரிபொருள் நிரப்பப்பட்டது. பாராசூட்டுகளும், உணவும் பணமும் ஒப்படைக்கப்பட்டன. விமானம் மீண்டும் புறப்பட்டது.

அந்த விமானத்திலிருந்து பார்த்தால் தெரியாதபடி அதன் நேர் மேலேயும், அதன் நேர் கீழேயும் இரண்டு அதிரடிப் படை விமானங்கள் பறந்து கொண்டிருந்தன. இதைத் தவிர ஒரு ஹெலிகாப்டரும் தொடர்ந்தது.

அவன் உத்தரவுகளை விமானிக்கு எடுத்துச் சென்று கொண்டிருந்த பணிப்பெண்ணை காக்பிட்டுக்குச் செல்லும்படி கட்டளையிட்டான். அவளும் சென்றாள். விமானத்தின் வால் பகுதியில் உள்ள கதவைத் திறப்பதற்கான உத்தரவிடப்பட்டிருப்பதை

காக்பிட்டின் பேனல் போர்டில் தகவலாக அறிந்த விமானி அது ஆபத்தானது என்று எச்சரித்துக் கொண்டிருக்கும் போதே அந்தக் கதவு திறக்கப்பட்டுவிட்டது.

பிறகு விமானத்தை ரீனோ விமான நிலையத்தில் இறக்கியதும் பயணிகள் பகுதிக்கு வந்து பார்த்தால்... கூப்பர் அங்கு இல்லை. அவன் அணிந்திருந்த டை மட்டுமே கிடந்தது. தவிர நான்கில் மூன்று பாராசூட்டுகளும் கிடந்தன. அதாவது கூப்பர் பின்புறக் கதவைத் திறந்து பாராசூட்டைக் கட்டிக் கொண்டு குதித்திருக்கிறான்.

காவல்துறை துரிதமாக இறங்கியது. முதலில் அவன் குதித்த நேரம் இரவு 8.13 என்று முடிவுக்கு வந்தார்கள். அடுத்து சியாட்டிலில் இருந்து ரீனோவுக்குப் பறந்த விமானத்தின் பயணப் பாதையைச் சரியாகத் தீர்மானித்து அவன் குதித்த இடத்தை அனுமானித்தார்கள்.

அந்த விமானத்தைக் கண்காணித்த மற்ற இரண்டு விமானங்களும் சரி, ஹெலிகாப்டரும் சரி இந்த விமானத்தின் பின் கதவு திறந்ததையோ ஒரு ஆசாமி குதித்ததையோ ஒரு பாராசூட் விழுந்ததையோ பார்க்கவேயில்லை. அது இருட்டு மற்றும் மழை பெய்து கொண்டிருந்த சூழல் என்று காரணம் சொன்னார்கள்.

அவன் தரையிறங்கிய இடம் லீவிஸ் ஆற்றின் அருகில் அமைக்கப்பட்டிருந்த செயற்கை ஏரியான லேக் மெர்வின் என்று யூகம் செய்தார்கள். கிட்டத்தட்ட ஆயிரம் வீரர்கள் அந்தப் பகுதியில் ஒவ்வொரு வீட்டிலும் விசாரித்தார்கள்.

கூப்பரைப் பற்றிய எந்தத் தகவலும் தெரியவில்லை. அவனைப் பார்த்தவர்கள் தெரிவித்த அடையாளங்களை வைத்து கூப்பரின் முகத்தை உருவாக்கி பத்திரிகைகளில் வெளியிட்டார்கள். அவன் விட்டுச் சென்ற டைரியிலிருந்து டி.என்.ஏ–வை எடுத்தார்கள். அவனிடம் ஒப்படைக்கப்பட்ட டாலர்களின் வரிசை எண்களை எல்லா வங்கிகளுக்கும் கொடுத்தார்கள். பிறகு பத்திரிகைகளிலும் வெளியிட்டார்கள். அதில் ஒரு நோட்டைக் கொண்டுவந்து ஒப்படைத்தால் அதற்கு ஈடாக ஐந்தாயிரம் டாலர்கள் தரப்படும் என்று ஒரு பத்திரிகை அறிவித்தது.

ஏழு வருடங்கள் கழித்து 1978இல் இவர்கள் தேடிய பகுதியிலிருந்து 20 கிலோ மீட்டர் தள்ளி டினா பார் என்கிற பீச் ரிசாட்டிற்கு ஒரு குடும்பம் வந்தது. அதில் ஒரு சிறுவன் கேம்ப் ஃபயர் உருவாக்க பள்ளம் தோண்டின போது மூன்று பண்டல்கள் இருபது டாலர் நோட்டுகளைக் கண்டுபிடித்தான்.

அதில் மொத்தம் 290 நோட்டுகள் இருந்தன. அவை கூப்பருக்குக் கொடுத்த நோட்டுகள்!

அந்த நோட்டுகளை வைத்து மீண்டும் ஆராய்ச்சிகள் தொடர்ந்தன. அவற்றை அங்கே கூப்பர் புதைத்தானா? அல்லது எங்கோ விழுந்து கரை ஒதுங்கியவையா? அப்படியென்றால் மீதி நோட்டுகள் எங்கே? இதுவரை ஒரு நோட்டுகூட எங்கும் புழக்கத்தில் வராமல் போனதன் காரணம் என்ன?

கூப்பர் எங்காவது உயிரோடு இருக்கிறானா, பாராசூட் சரியாக திறக்காமல் அவன் இறந்து போயிருந்தால் அவன் உடல் கிடைத்திருக்க வேண்டுமே... அந்த பாராசூட்டின் ஒரு பகுதி கூட ஏன் கிடைக்கவில்லை? இப்படி இன்று வரை தொடர்ந்து கொண்டிருக்கும் கேள்விகளுக்கு விடை காண அரசாங்கத்தால் நியமிக்கப்பட்ட புது டீம் 2009லிருந்து நவீனக் கருவிகளை வைத்து மீண்டும் ஆராய்ச்சியில் இறங்கியிருக்கிறது.

இந்தக் கடத்தல் நடந்ததற்கும் அடுத்த வருடமான 72ஆம் வருடம் மட்டும் மொத்தம் 31 விமானக் கடத்தல்கள் நிகழ்ந்தன. அதில் 15 கடத்தல்களில் கடத்தல்காரர்கள் கூப்பரைப் போலவே பயணத் தொகையோடு பாராசூட்டும் கேட்டார்கள். அத்தனை கடத்தல்களும் காவல்துறையால் முறியடிக்கப்பட்டன. ஒன்று கடத்தல்காரர்கள் சுடப்பட்டார்கள், அல்லது ஓரிரு தினங்களில் பிடிக்கப்பட்டார்கள். ஆனால் அமெரிக்க விமானக் கடத்தல் விவகாரங்களில் இன்று வரை தீர்க்கப்படாத புதிராக இருந்து வருவது இந்த கூப்பரின் கடத்தல் மட்டுமே.

இன்னொரு முக்கியமான விஷயம்... அவன் பெயர் கூப்பர் என்பது அவன் போர்ட்லேண்டில் வாங்கிய டிக்கெட்டில்தான் தெரிய வந்தது. அதுவே பொய்யான பெயராகவும் இருக்கலாம் என்கிறார்கள்.

இந்தக் கடத்தலுக்குப் பிறகு நிகழ்ந்த முக்கியமான மாற்றங்கள்; 1. விமான நிலையங்களில் பயணிகளின் உடைமைகளை கடுமையாக சோதனையிடும் முறை கொண்டு வரப்பட்டது. 2. விமானத்தில் பயணிகள் பகுதியிலிருந்து பின்புறக் கதவைத் திறக்க முடியாதபடி விமானங்கள் வடிவமைக்கப்பட்டன. 3. காக்பிட்டிலிருந்து பயணிகள் பகுதியைப் பார்ப்பதற்கு வசதியாக ஒரு பீப்ஹோல் வைத்து விமானங்களைத் தயாரித்தார்கள்.

* * *

இறந்தவர்கள் வாழ்கிறார்கள்!

நீங்கள் உங்கள் நிலத்திற்கு ஒரு சான்றிதழ் கேட்டு வருவாய்த்துறை அலுவலகத்திற்குச் செல்கிறீர்கள். 'அந்த நிலம் இப்போது உங்கள் பெயரில் இல்லையே' என்கிறார் அதிகாரி.

என்ன? போலி பத்திர மோசடி என்று தானே நினைக்கிறீர்கள்? அது தான் இல்லை. அதிகாரி மேலும், 'நீங்கள் இறந்துவிட்டதாக சான்றிதழ் கொடுத்து உங்கள் மாமா நிலத்தை தன்பெயரில் மாற்றிக்கொண்டு விட்டாரே... சட்டப்படி நீங்கள் இப்போது உயிருடன் இல்லை' என்கிறார். உங்களுக்கு எப்படி இருக்கும்?

அப்படித்தான் இருந்தது லால் பிஹாரி என்கிற 22 வயது இளைஞருக்கு. இது நடந்தது 1976ம் வருடம். உத்தர பிரதேசத்தில் அசம்கார் மாவட்டத்தில் காலியாபாத் நகரில் இருந்த அலுவலகத்தில்தான் அந்த அதிர்ச்சி கிடைத்தது.

தன் தந்தை இறந்ததும் தன் தாய் அந்த ஊரை விட்டு அமீலோ என்னும் ஊருக்கு தான் சிறுவனாக இருந்த போதே அழைத்துச் சென்றுவிட்டதாகவும், பல வருடங்களுக்குப் பிறகு இப்போதுதான் வருவதாகவும் விளக்கம் தந்தார் லால் பிஹாரி.

ஆனால் லால் இறந்து விட்டதாக அவரின் மாமா நேரம், தேதியோடு ஒரு மருத்துவச் சான்றிதழை

கோர்ட்டில் சமர்ப்பித்து சட்டப்படி உத்தரவு பெற்று அதை வைத்து நிலத்தைத் தன் பெயருக்கு மாற்றி விட்டதால் எதுவும் செய்ய முடியாது என்றார் அதிகாரி.

லால் பிஹாரி முதலில் போலீசுக்குப் போனார். 'லால் பிஹாரி இறந்து விட்டான், நீ பொய்யாக புறப்பட்டு வந்திருக்கிறாய்' என்று அவர்கள் துரத்தினார்கள். தன் மாமா வீட்டுக்குப் போனார். அங்கும் 'நீ லால் பிஹாரி இல்லை, அவன் இறந்து போய்விட்டான்' என்று முகத்தில் அடித்ததுபோல சொல்லிவிட்டார்கள்.

லால் பிஹாரி இதை விடுவதில்லை என்று தீர்மானித்தார். ஒரு வக்கீலைப் பிடித்து கோர்ட்டில் வழக்கு தொடர்ந்தார். பத்திரிகைகளுக்கு எழுதிப் போட்டார்.

மக்களின் கவனத்தைத் தன் பக்கம் திருப்புவதற்காக தன் பெயருக்கு முன்பாக 'இறந்தவன்' என்று அடைமொழி போட்டு லெட்டர் பேட் அடித்து அதில் எல்லோருக்கும் கடிதங்கள் எழுதினார். தன் பெயரைப் போட்டு இறுதி ஊர்வலம் என்று நோட்டீஸ் அடித்து விநியோகித்து பொம்மை சிதைக்கு கொள்ளி வைத்து காரியங்கள் செய்தார்.

தன் மனைவிக்கு விதவைக்கான நல நிதி வேண்டும் என்று தனியாக மனு போட்டார். அவர் உயிருடன் இருப்பதால் அதைத் தர முடியாது என்று அதிகாரிகள் கடிதம் எழுதினால் அது தனக்குச் சாதகமான சான்றாகும் என்பது அவரின் நோக்கம். நேரில் வந்து விசாரித்துச் சென்ற அதிகாரி, லால் உயிருடன் இருப்பதைப் பற்றி எதுவும் குறிப்பிடாமல், அவர் மனைவியின் நெற்றியிலும், வகிட்டின் உச்சியிலும் குங்குமம் வைத்திருப்பதால் அவர் விதவை இல்லை என்றும், அதனால் அவருக்கு நல நிதி தர முடியாது என்றும் பதில் கடிதம் அனுப்பினார்.

தன்னைக் கைது செய்து வழக்குபோட வேண்டும் என்பதற்காகவே போலீஸ்காரர்களிடம் தகராறு செய்தார். அப்படியும் இவரைக் கைது செய்யவில்லை. ஒரு கான்ஸ்டபிளுக்கு ஐநூறு ரூபாய் லஞ்சம் கொடுத்து தன்மேல் வழக்கு பதியச் சொல்ல, விபரம் புரிந்ததும், அவர் மறுநாள் வந்து பணத்தைத் தந்துவிட்டுப் போய்விட்டார்.

அடுத்த திட்டமாக தன் நிலத்தை சாமர்த்தியமாக அபகரித்த மாமாவின் ஐந்து வயது பையனைக் கடத்திகொண்டுவந்து தன் வீட்டில் வைத்தார். மாமா தன் பெயர் போட்டு புகார் கொடுக்க வேண்டும் என்பது அவர் நோக்கம். ஆனால் எம்டன் மாமா இவர் பையனை எதுவும் செய்ய மாட்டார் என்கிற நம்பிக்கையில்

கடத்தப்பட்டு ஐந்து நாட்களாகியும் புகாரே கொடுக்கவில்லை. மனசாட்சி உறுத்தவே பையனை அவன் வீட்டுக்கு அனுப்பி விட்டார்.

ஒரு பத்திரிகையாளர் இவரின் நூதனமான போராட்டங்களைப் பற்றி கட்டுரை ஒன்றை எழுதினார். அதைப் படித்த ஒரு சட்டமன்ற உறுப்பினர் உத்தரப்பிரதேச சட்டசபையில் இவரின் பிரச்சினையைப் பற்றிப் பேசினார். அந்தச் செய்தியைப் படித்த லால்இ லக்னோ சென்று தனக்கு நீதி வேண்டும் என்று ஒரு தட்டி எழுதிப் பிடித்துக்கொண்டு சட்டசபைக்கு வெளியில் தனி நபராக தர்ணாவில் இறங்கினார். போலீஸ் வந்து இவரை இழுத்துச் சென்றது.

சட்ட மன்றத்திற்கு பார்வையாளராகச் சென்றார். சபை நடந்து கொண்டிருந்த போது தன் பிரச்சினைகளை விளக்கி அச்சடித்த நோட்டீஸ்களை சபைக்கு நடுவில் வீசினார். சபைக் காவலர்களால் அப்புறப்படுத்தப்பட்டார். ஏழு மணி நேரம் காவலில் வைக்கப்பட்டு விடுவிக்கப்பட்டார்.

ஒரு பக்கம் இவரின் வழக்கு கோர்டில் வாய்தாக்களுக்கு நடுவில் தொடர்ந்து கொண்டிருக்க... 1988இல் பாராளுமன்ற உறுப்பினர் பதவிக்கு அலாஹாபாத் தொகுதியில் வி.பி.சிங்கிற்கு எதிராக தேர்தலில் நின்றார். தனக்கு ஓட்டு எதுவும் விழாது என்று நினைத்த இவருக்கு 1600 ஓட்டுகள் கிடைத்தன. 1989ஆம் வருடம் அமேதி தொகுதியில் ராஜீவ் காந்தியை எதிர்த்து தேர்தலில் நின்றார்.

கடைசி முயற்சியாக 1994ல் தாசில்தார் அலுவலகத்திற்குள் அத்து மீறி நுழையப் போவதாக போஸ்டர் அடித்து ஒட்டினார். ஆனால் அதற்குள் இவரின் இடைவிடாத 18 ஆண்டு சட்டப் போராட்டத்தின் பலனாக இவர் உயிருடன் இருப்பதாக கோர்ட்டில் தீர்ப்பு கிடைத்தது.

இடைப்பட்ட காலத்தில் மாமாவுடன் சமாதானமாகிவிட்டதால் அந்த நிலத்தை வேண்டாமென்று சொல்லி விட்டார்.

‘எனக்கு சொத்து பெரிதில்லை. உயிரோடு இருக்கும் என்னை இறந்து விட்டதாகச் சொன்ன அரசாங்கத்தின் பொறுப்பற்ற செயலை உலகுக்குக் காட்ட விரும்பினேன். அதற்காக நான் பட்ட அவமானங்கள் அதிகம், என்னை பைத்தியக்காரன் என்று விமர்சித்தார்கள். சாலைகளில் நான் நடந்தால், இறந்தவன் போகிறான் என்று கிண்டல் செய்வார்கள். என் மனைவி தினமும்

அழுவாள். வழக்குக்காக என் சொத்து, சேமிப்பு எல்லாம் இழந்தேன் என்கிறார் லால்.

சொத்துக்காக மோசடி செய்யப்பட்டு தன்னைப் போலவே போலிச் சான்றிதழ்கள் மூலம் இறந்து விட்டதாக அறிவிக்கப்பட்டவர்கள் சுமார் ஐம்பதாயிரம் பேர் இருப்பார்கள் என்கிறார். அவர்களுக்கு உதவ 'இறந்தவர்கள் சங்கம்' என்னும் அமைப்பை இவர் துவங்கினார். அதில் இப்போது இருபதாயிரம் பேர் உறுப்பினர்களாக இருக்கிறார்கள். இவரைத் தேடி சுப்ரீம் கோர்ட் வக்கீல்கள் கூட ஆலோசனைக்காக வந்து போகிறார்கள்.

1999ல் இவரைப் பற்றியும் இவரின் அமைப்பைப் பற்றியும் ஒரு விரிவான கட்டுரையை டைம் இதழ் வெளியிட்டது. அந்தக் கட்டுரையையே புகாராக எடுத்துக் கொண்ட உத்தரப் பிரதேசம் உயர் நீதி மன்றம் இந்த விவகாரத்தை உடனே கவனிக்க வேண்டும் என்று அரசுக்கு உத்தரவிட்டது. அரசின் நடவடிக்கைகளை தேசிய மனித உரிமை அமைப்பு கண்காணிக்க வேண்டும் என்றும் உத்தரவிட்டது. அதன்பிறகே அரசாங்கம் விழித்துக் கொண்டு இது போன்ற வழக்குகளில் முன்னுரிமை தந்து இறந்து போனதாக அறிவிக்கப்பட்ட பலரை உயிருடன் இருப்பதாக திருத்தச் சான்றிதழ் அளிக்கத் துவங்கியது.

லால் தகவல் அறியும் உரிமை சட்டத்தின் துணைகொண்டு தகவலறிந்த போது 2008இல் 335 பேர்களும் 2012இல் 221 பேர்களும் உயிருடனிருப்பதாக அறிவிக்கப்பட்டிருக்கிறார்கள். அவர்கள் இவருக்கு கண்ணீருடன் நன்றி சொல்கிறார்கள்.

அமெரிக்காவில் முதலில் கோமாளித்தனமாக நினைக்கின்ற, ஆனால் பிறகு மக்களுக்கு பலனளிக்கிற செயல்களைச் செய்தவர்களுக்கு வழங்கப்படும் 'இக் நோபல்' பரிசு 2003ஆம் வருடம் லாலுக்கு அளிக்கப்பட்டது. இவரின் கதையை இந்தியில் திரைப்படமாக எடுக்க சதீஷ் கடாக் என்கிற இயக்குனர் முன் வந்திருக்கிறார்.

தன்னைப் போன்ற பாதிக்கப்பட்டவர்களுக்கு சேவை செய்வதையே தன் முழுநேர வேலையாக ஏற்றுக் கொண்டு வாழும் லால் பிஹாரிக்கு எழுதப் படிக்கத் தெரியாது. தன் மகன் மற்றும் நண்பர்களின் உதவிகளோடு தான் இந்த அமைப்பை நடத்தி வருகிறார்.

* * *

அமிலக் குளியல்!

லண்டனின் மேடம் டுஸாட் மெழுகுச் சிலை காட்சியகத்தில் உலகம் முழுவதும் பிரபலமான பிரமுகர்களின் சிலைகளை வைத்திருக்கிறார்கள். எதிர்மறை செயல்களால் பிரபலமானவர்களின் சிலைகளும் உள்ளன. அந்த வகையில் அங்கே சிலையாக நிற்கும் ஒருவன் இங்கிலாந்தைச் சேர்ந்த ஜான் ஜார்ஜ் ஹேக். அப்படி என்ன செய்தான் அவன்?

ஹேக்கிற்கு இரக்கம் என்றால் பொருள் தெரியாது. பாறாங்கல் நெஞ்சன். பணத்திற்காக எதுவும் செய்வான். உச்சபட்ச குற்றமான கொலையைச் சர்வ சாதாரணமாகச் செய்தவன். எத்தனை? ஒன்பது கொலைகள்! தடயம் எதுவுமில்லாமல் சாமர்த்தியமாகச் செய்தவன் கடைசியில் ஒரு சிறு தவறினால் மாட்டிக் கொண்டான்.

ஹேக் அதிகம் படிக்காதவன். பலவிதமான வேலைகள் செய்தான். பணம் கையாடல் செய்து மாட்டிக் கொள்வான். ஆனால் திருட்டை விட மாட்டான்.

ஹேக் தலைநகர் லண்டனுக்கு வந்து சேர்ந்தான். ஒதுக்குப் புறமாக வீடெடுத்துத் தங்கினான். முன்பகுதியில் ஒரு மெக்கானிக் கடை வைத்துக் கொண்டான். அதில் வந்த வருமானம் ஆடம்பரச் செலவுகளுக்கு போதவில்லை. பெரிய தொகை பார்க்க வழி யோசித்தான்

1943இல் மேக்ஸ்வான் என்கிற பணக்காரனின் நட்பு கிடைத்தது. அவன் லண்டனில் தனி வீட்டில் தங்கியிருக்க, அவனுடைய பெற்றோர் வெளியூரில் இருந்தார்கள். ஹேக் மேக்ஸ்வானிடம் நம்பிக்கையூட்டும் விதமாக பழகினான்.

ஒரு கொலைக் குற்றத்தில் கொலை செய்யப்பட்ட மனிதனின் உடல் கிடைக்க வேண்டும்... இல்லையென்றால் குற்றவாளியை தண்டிக்க முடியாது என்று சட்டம் இருப்பதை தெரிந்து கொண்டான். ஒரு துண்டு எலும்பு கூட காவல் துறைக்குக் கிடைக்காமல் செய்ய முடியுமா என்று யோசித்தான்.

கடைக்குச் சென்று கொஞ்சம் கந்தக அமிலம் வாங்கி வந்தான். ஒரு எலியைக் கொன்று அந்த அமிலத்தில் போட்டு கவனித்தான். முப்பது நிமிடங்களில் அந்த எலி முற்றிலும் கரைந்து கூழாகியது. அதுதான் திட்டம் என்று தீர்மானித்தான்.

ஓர் இரவில் மேக்ஸ்வானை தனது வீட்டிற்கு வரவழைத்தான். திடீரென்று அவன் கழுத்தை நெரித்தான். மேக்ஸ்வான் இறந்ததும் அவன் உடலை நாற்பது கேலன் கந்தக அமிலம் நிரப்பப்பட்ட தொட்டியில் தூக்கிப் போட்டான். மறுநாள் சோதித்துப் பார்த்தான். அந்த உடல் முழுக்க கரைந்து சதை, எலும்பு எல்லாம் கூழாக மாறியிருந்தது. அந்த சதைக் கூழை பாதாளச் சாக்கடையில் கொட்டி விட்டான்

மேக்ஸ்வானின் வீட்டுக்குப் போய் தங்கிக்கொண்டு அவனுடைய பெற்றோருக்கு தகவல் கொடுத்தான். மேக்ஸ்வான் போருக்குச் செல்வதைத் தவிர்க்க தலைமறைவாகச் செல்வதாக தன்னிடம் சொல்லிவிட்டுப் போயிருப்பதாகச் சொன்னான்.

மேக்ஸ்வானின் உடைமைகளை எல்லாம் விற்று பணமாக்கிக் கொண்டான். அந்த வீட்டையும் போலிப் பத்திரங்கள் தயாரித்து தன் பெயருக்கு மாற்றி விற்கும் முயற்சியில் இருந்தபோது பெற்றோருக்கு இவன் மேல் சந்தேகம் வந்தது.

அதை உணர்ந்த ஹேக் மேஸ்வானைப் பற்றிய தகவல் தருவதாகச் சொல்லி இருவரையும் தன் வீட்டிற்கு வரவழைத்தான். இருவரையும் மண்டையில் தாக்கி கொலை செய்தான். முன்போலவே உடல்களை அமிலத் தொட்டியில் போட்டு கரைத்து சாக்கடையில் கொட்டி விட்டான்.

மேக்ஸ்வானின் வீட்டை விற்று பணமாக்கிக் கொண்டு சீட்டாட்டம், உல்லாசம் என்று ஆடம்பர வாழ்க்கை வாழ

ஆரம்பித்தான். மூன்று கொலைகளைப் பற்றியும் உலகம் அறியவில்லை. மேக்ஸ்வானின் உறவினர்கள் அவர்கள் எங்கோ வாழ்வதாக நினைத்தார்கள்.

ஐந்து வருட உல்லாச வாழ்க்கையில் பணம் எல்லாம் தீர்ந்துவிட. 1948இல் அடுத்து இவன் பார்வையில் விழுந்தவர் டாக்டர் ஹெனிர்சன். டாக்டரும் அவர் மனைவி ரோசும் ஒரு கிளப்பில் அறிமுகமானார்கள். டாக்டருக்கு ஒரு வீடு விற்க வேண்டியிருந்தது. தான் விற்றுத் தருவதாக பொறுப்பேற்றுக் கொண்டான் ஹேக். அது சம்பந்தமாக அவர் வீட்டுக்கு பல முறை சென்று நம்பிக்கையை வளர்த்தான்.

ஒரு நாள் டாக்டரை மெக்கானிக் கடைக்கு வரவழைத்து துப்பாக்கியால் சுட்டுக் கொலை செய்தான். அடுத்து வழக்கம் போல அமிலக் குளியல் தான். டாக்டரின் மனைவிக்கு போன் செய்தான். தன்னைச் சந்திக்க வந்த டாக்டர் மயக்கம் போட்டு விழுந்து விட்டதாகச் சொன்னான். அவர் மனைவி ரோஸ் அலறிக் கொண்டு அங்கு வந்தாள். அவளையும் சுட்டான். அமிலத்தில் தூக்கிப் போட்டான். அவர்களின் வீட்டுப் பத்திரங்களை தன் பெயருக்கு மாற்றி விற்று பணமாக்கினான்.

அடுத்து வலையில் விழுந்தது கணவரை இழந்து தனியாக வாழ்ந்த ஆலிவ் டுராண்ட் என்கிற 69 வயது பெண்மணி. அவரிடம் செயற்கை நகங்கள் தயாரிக்கும் திட்டத்தில் இருப்பதாகவும், தன் தொழிலில் முதலீடு செய்யும்படியும் கேட்டுக் கொண்டான். அது பற்றிப் பேச தன் மெக்கானிக் கடைக்கு அழைத்தான்.

ஆலிவ் டுராண்ட் அமிலத்தில் கரைந்து, சாக்கடையில் கலந்தார். அவரின் உறவினர்கள் காவல்துறைக்குச் சென்றார்கள். ஆலிவ் ஹேக்குடன் பழகி வந்ததைப் பற்றி ஒருவர் சொல்ல... ஒரு அதிகாரி ஹேக் மேல் சந்தேகம் எதுவுமில்லாமல் ஒரு சாதாரண விசாரணைக்காகத்தான் அவனைத் தேடி வந்தார்.

இங்கேதான் ஹேக்கின் அல்ப புத்தியால் சறுக்கி விட்டான். ஹேக் வீட்டில் அதிகாரியின் கைக்கு ஒரு லாண்டரி பில் கிடைத்தது. பெண்கள் அணியும் பெர்சியன் ஆட்டுத் தோலால் ஆனா ஓவர் கோட்டுக்கான பில் அது. இறந்த போது ஆலிவ் அணிந்திருந்தது. அந்தக் கோட்டின் மேல் ஆசைப்பட்டு அதை அமிலத்தில் போடாமல் ஹேக் எடுத்து வைத்து லாண்டரிக்குப் போட்டிருந்தான்.

அது போதாதா அதிகாரிக்கு? வீட்டை முற்றிலும் குடைந்தார். ஏற்கெனவே அவன் விற்ற சொத்துக்களின் பத்திரங்கள் கிடைத்தன. அவன் வீட்டில் சாக்கடையில் கொஞ்சம் கூழாக இருப்பதை கவனித்த அதிகாரி அதை எடுத்து சோதனைக்கு அனுப்பினார். மேலும் ஒரு மெட்டல் ஸ்பிரிங் கம்பியும் அங்கே கிடைத்தது.

அந்தக் கூழில் மூன்று வெவ்வேறு மனிதர்களின் பித்தப்பை கற்கள் இருப்பதைக் கண்டுபிடித்தார்கள். அந்த மெட்டல் ஸ்பிரிங் செயற்கைப் பல்லை வாயில் பொருத்துவது. அது ஆலிவுக்கு தன்னால் பொருத்தப்பட்டதாக ஆலிவின் பல் மருத்துவர் சான்றளித்தார்.

கடுமையாக விசாரித்ததும், போலீஸ் கண்டுபிடித்த ஆறு கொலைகளைத் தவிர மேலும் இரண்டு பெண்கள், ஒரு ஆண் மொத்தம் ஒன்பது கொலைகளைத் தான் செய்ததாக ஹேக் ஒப்புக் கொண்டான்.

ஆனால் தன்னை சில குரல்கள் துரத்துவதாகவும், அந்தக் குரல்கள் கொலை செய்யச் சொன்னதாகவும்... தனக்கு ரத்தம் தொடர்பான கனவுகள் அடிக்கடி வருமென்றும் கோர்ட்டில் சொன்னான். அவனைப் பரிசோதித்த மனநல மருத்துவர்கள் அவன் பொய் சொல்வதாகச் சொல்லவே, ஜுரிகள் அவனைக் குற்றவாளி என்று தீர்மானித்தார்கள். 1949ஆம் வருடம் தூக்கிலிடப்பட்டான் ஹேக்.

அப்போது அமிலக் குளியல் கொலைகள் என்று இந்த வழக்கு மிகவும் பேசப்பட்டது. வழக்கு நடந்த போது தீர்ப்புக்கு முன்பே மிர்ரர் பத்திரிகையில் ஹேக்கைக் குற்றவாளி என்று கட்டுரை எழுதியதால் அதன் ஆசிரியர் சில்வெஸ்டர் கைது செய்யப்பட்டு கோர்ட் அவமதிப்பு குற்றத்திற்காக சிறையில் அடைக்கப்பட்டார்

இங்கிலாந்தின் குற்ற வரலாற்றில் தடயவியலின் உதவியால் தீர்ப்பளிக்கப்பட்டது இதுவே முதல் வழக்காகும். கொலை செய்யப்பட்ட நபரின் உடல் கிடைக்கவில்லை என்றாலும் சூழ்நிலைகளும், தடயங்களும் கொலை நடந்ததை உறுதி செய்தாலே குற்றவாளியைத் தண்டிக்க முடியும் என்று இந்த வழக்கு புதிய தீர்ப்பு வழங்கியது. இந்தத் தீர்ப்பின் அடிப்படையில் 1954இல் சட்ட திருத்தமும் செய்யப்பட்டது.

* * *

ஒரு காதல் செய்த அரசியல் மாற்றம்!

ஒரு காதலால் ஒரு மாநில அரசியலில் மாற்றத்தை ஏற்படுத்த முடியுமா? ஒரு காதலால் தேர்தலில் ஒரு கட்சி தோல்வியைத் தழுவ முடியுமா? முடியும்!

கல்கத்தாவில் 2007ஆம் வருடம் நடந்த ஒரு காதலும், அதன் தொடர்பான சம்பவங்களும் 2011ஆம் வருடம் நடந்த தேர்தலில் கம்யூனிஸ்ட் கட்சியின் 34 வருட ஆட்சி முடிவடைய முக்கிய காரணங்களில் ஒன்றாக அமைந்தன.

லக்ஸ் நிறுவனம் ஆண்களுக்கான உள்ளாடைகள் தயாரித்து விற்பனை செய்யும் இருநூறு கோடி மதிப்புள்ள பெரிய தொழில் நிறுவனம். அதன் அதிபர் அசோக்டோடி. இவர் ஒரு இந்து. அவரின் மகள் பிரியங்கா டோடி. அவர் கம்ப்யூட்டர் அனிமேஷன் கற்க ஒரு தனியார் நிறுவனத்தில் சேர்ந்தார். அங்கே அவருக்கு பாடம் எடுத்த இளைஞர் ரிஸ்வானூர் ரஹ்மான். இவர் இஸ்லாமியர். வசதி குறைவான குடும்பத்தைச் சேர்ந்தவர்.

ரஹ்மானுக்கும், பிரியங்காவுக்கும் மன்மதன் அம்பு விட்டு காதல் மலர்ந்தது. மதம், அந்தஸ்து இரண்டிலும் உள்ள வேற்றுமைகள் காரணமாக குடும்பத்தினர் கண்டிப்பாக ஏற்கமாட்டார்கள் என்பதால் ரகசியமாக சில நண்பர்களை மட்டும் சாட்சிகளாக வைத்துக் கொண்டு பதிவுத் திருமணம்

செய்து கொண்டார்கள். ஆனால் அதை வெளிப்படுத்தாமல் அவரவர் வீட்டில் சாதாரணமாக நடந்து கொண்டார்கள்

சில மாதங்கள் கழித்து ரஹ்மான் தன் அம்மாவுக்கும் அண்ணனுக்கும் தகவல் சொன்னார். அவர்கள் அதிர்ந்து போனார்கள். பிரியங்காவை வீட்டிற்கு அழைத்து வந்தார். பிரியங்காவை விட்டு தன்னை மன்னித்து தங்கள் திருமணத்தை ஏற்றுக் கொள்ளுமாறு அசோக் டோடிக்கு ஒரு கடிதம் எழுதச் சொன்னார்கள்.

கடிதம் பார்த்ததும் அசோக் டோடிக்கு அதிர்ச்சி, கோபம் எல்லாம் தலைக்கேறியது. அவர் அந்தத் திருமணத்தை ஏற்றுக் கொள்ளத் தயாரில்லை. அவர் தனக்குத் தெரிந்த காவல்துறை அதிகாரியின் உதவியை நாடினார்.

காவல்துறை ரஹ்மான் வீட்டிற்கு வந்தது. பிரியங்காவை அவர் தந்தை வீட்டிற்கு அனுப்பி விடும்படியும், காதலை மறந்து விடும்படியும் மிரட்டல் தொனியில் பேசினார்கள். இருவரையும் காவல்துறை அலுவலகத்திற்கு வரச் சொன்னார்கள். வர மறுத்தால் ஒட்டு மொத்த குடும்பத்தையும் இழுத்துப் போவோம் என்றார்கள்.

ரஹ்மானும் பிரியங்காவும் அவர்கள் சொன்ன அலுவலகத்திற்குச் சென்றார்கள். அங்கு பெரிய பதவியில் இருக்கும் அதிகாரிகள் மீண்டும் மிரட்டத் துவங்கினார்கள். ரஹ்மான் தன் மனைவியைப் பிரியாவிட்டால் விளைவுகள் விபரீதமாக இருக்கும் என்று எச்சரித்தார்கள். பெரிய தொகை வாங்கித் தருவதாக ஆசை காட்டினார்கள். இதுபோல மூன்று முறை தங்கள் அலுவலகங்களுக்கு அழைத்துப் பேசினார்கள்.

மூன்றாவது முறை பேசிய போது பிரியங்காவின் மாமா வந்திருந்தார். மகளைப் பார்க்காமல் அவளின் பெற்றோர் மிகுந்த கவலையில் இருப்பதாகவும், ஒரு வாரத்திற்கு மட்டும் பிரியங்காவை அனுப்பி வைக்கும்படியும், ஒரு வாரத்திற்குப் பிறகு பிரியங்காவை மீண்டும் ரஹ்மான் வீட்டிற்கு அனுப்பி வைப்பதாகவும் எழுத்துப் பூர்வமாக அதிகாரிகள் முன்னிலையில் உறுதியளித்தார் மாமா. அதை நம்பி பிரியங்காவை அவருடன் அனுப்பி வைத்தார் ரஹ்மான்.

ஆனால் ஒரு வாரம் கழித்து பிரியங்கா வரவில்லை. பிரியங்காவை அவர் போனிலும், மற்றும் அவர் வீட்டு போனிலும் ரஹ்மானால் தொடர்பு கொள்ள முடியவில்லை. அங்கே என்ன நடக்கிறது என்பது புரியாமல் ரஹ்மான் துடித்துப் போனார்.

'செல்வாக்குள்ள பெரிய இடம், அவர்களுடன் மோத முடியாது, நீ அவளை மறந்துவிட வேண்டியதுதான்' என்று உறவினர்கள் சொல்ல, கோபப்பட்டார் ரஹ்மான். 'அதெப்படி? அவள் என் மனைவி, அவளை நான் எதற்காக மறக்க வேண்டும்?' என்று வாதிட்டார் ரஹ்மான்.

சில தினங்கள் கழித்து வெளியே சென்ற ரஹ்மானைக் காணவில்லை. அவரை முகம் உருக்குலைந்த நிலையில் ஒரு ரயில்வே தண்டவாளத்தில் உடலாகக் கண்டெடுத்தார்கள். அது தற்கொலை என்று காவல்துறை வழக்கை முடிக்க நினைத்தது. ரஹ்மானின் குடும்பத்தினரும் நண்பர்களும் இதை ஏற்கவில்லை. அது தற்கொலை அல்ல, கொலை என்றார்கள். கூலிப்படை வைத்து செய்துவிட்டார்கள் என்றார்கள். ரஹ்மான் படித்த கல்லூரியின் மாணவர்களும் தன்னார்வ அமைப்புகளும் சில இஸ்லாமிய அமைப்புகளும் ஒரு பெரிய போராட்டத்தில் இறங்கின.

இது தொடர்பாக வெடித்த கலவரத்தில் போலீஸ் காரர்களும், பொதுமக்களும் பரஸ்பரம் தாக்குதல் நடத்த பலர் காயமடைந்தார்கள். காவல்துறையின் வாகனங்கள் தீ வைக்கப்பட்டன. பொதுமக்கள் தினமும் மெழுகுவர்த்தி ஏந்தி நீதிக்காக ஊர்வலம் சென்றார்கள். ஆர்ப்பாட்டம் நடத்தினார்கள். இதன் காரணமாக முதல்வர் சில காவல்துறை அதிகாரிகளை பணி மாற்றம் செய்தார். தனிநபர் விசாரணை கமிஷன் அமைத்தார். கோர்ட்டின் உத்தரவுக்குப் பிறகு வழக்கு சி.பி.ஐ வசம் ஒப்படைக்கப்பட்டது.

அப்போது எதிர் கட்சித் தலைவியாக இருந்த மம்தா பேனர்ஜி இந்தப் பிரச்சினையைக் கையிலெடுத்தார். காவல்துறையைத் தன் பொறுப்பில் வைத்திருக்கும் முதல்வரைக் கடுமையாக விமர்சித்தார். தேர்தலில் நாங்கள் வெற்றி பெற்றால் அந்தக் குடும்பத்திற்கு நியாயம் வாங்கித் தருவோம் என்று முழங்கினார். சி.பி.ஐ விசாரணைக்குப் பிறகு ரஹ்மான் தற்கொலை தான் செய்து கொண்டார். ஆனால் அவரை தற்கொலை செய்யத் தூண்டியதாக பிரியங்காவின் தந்தை, மாமா, மற்றும் காவல் துறை அதிகாரிகள் சிலரின் மேல் சட்டப்படி நடவடிக்கை எடுக்கலாம் என்று அறிக்கை தந்தது. அசோக் டோடி சுப்ரீம் கோர்ட்டுக்குச் சென்று சி.பி.ஐ அறிக்கையின் மேல் நடவடிக்கை எடுப்பதை நிறுத்தி வைத்து உத்தரவு வாங்கினார்.

தேர்தலில் கம்யூனிஸ்ட் கட்சி தோற்று த்ரினாமுல் காங்கிரஸ் வெற்றி பெற்று மம்தா பேனர்ஜி முதல்வரானார். 'இந்த விவகாரம்

எங்கள் கட்சிக்கு ஒரு பின்னடைவை ஏற்படுத்தியது உண்மை' என்று ஒப்புக் கொண்டார் தலைவர் ஜோதி பாசு.

சமீபத்தில் சி.பி.ஐ குற்றம் சாட்டிய ஒரு காவல்துறை அதிகாரிக்கு பணி உயர்வு உத்தரவு கொடுத்ததற்காக மம்தா பேனர்ஜி கடுமையாக விமரிசிக்கப்பட்டார். 'ரஹ்மான் மரணத்தை ஒரு தேர்தல் ஆயுதமாக மட்டும் பயன்படுத்தினாரா? என்று மீடியா கேள்வி கேட்டு வருகிறது.

வெகு நாட்கள் இந்த விவகாரம் பற்றி வாயே திறக்காத பிரியங்கா டோடி சமீபத்தில் ஒரு தொலைக்காட்சிக்கு பேட்டியளித்த போது, 'ரஹ்மான் குடும்பத்தினரின் சில நடவடிக்கைகளால் தான் விவகாரம் பெரிதாக வெடித்தது. இல்லையென்றால் சுமூகமாக சரி செய்திருக்க முடியும்' என்று குற்றம் சாட்டினார். அது பற்றி ரஹ்மானின் தாயாரிடம் கேட்ட போது, 'அவை நியாயமே இல்லாத குற்றச்சாட்டு என்றும், இறந்த தன் கணவனின் உடலைக் காணக்கூட அவர் வரவில்லை. அதன் பிறகு தன்னையும் சந்திக்கவில்லை, இந்த வீட்டில் இருந்த அவரது உடைமைகளை ஒப்படைக்கச் சொல்லி ஒரு வக்கீல் மூலமாக கடிதம் அனுப்பினார் அவர்' என்றார்.

காதலித்த போது ஒருமுறை ரஹ்மான் பிரியங்காவிடம் சொன்னாராம், 'மதம் தான் பிரிச்சினை என்றால்... நான் வேண்டுமானாலும் ஹிந்துவாக மாறி விடுகிறேன்' என்று. அதேப் போல பிரியங்கா தன் மாமியார் 'மிக வசதியாக வாழ்ந்த உன்னால் எப்படி இந்த வசதியற்ற வீட்டில் வாழ முடியும்?' என்று கேட்ட போது, 'நான் சில மாதங்களாக எங்கள் வீட்டில் ஏ.சி போட்டுக் கொள்ளாமல் தூங்கிப் பழகி வருகிறேன். என்னால் ரஹ்மானுக்காக எந்த வீட்டிலும் வாழ முடியும்' என்றாராம்.

தந்தை பெரியாரிடம் ஒருவர் தன் புது மனைவியுடன் வந்து, 'அய்யா, நாங்க வெவ்வேறு ஜாதி. இது கலப்புத் திருமணம்' என்றார். பெரியார் சிரித்தபடி, 'நீ ஒரு கழுதையையோ குதிரையையோ திருமணம் செய்திருந்தால் தான் அது கலப்புத் திருமணம், ஒரு ஆண் ஒரு பெண்ணை திருமணம் செய்வதில் எங்கே கலப்பு வருகிறது?' என்றார். ஆனால் இன்னும் நம் நாட்டில் ஜாதி, மதம் தாண்டி நிகழும் காதல் திருமணங்களைப் பலர் ஏற்பதில்லை.

இதன் வெளிப்பாடாகத்தான் ஆயிரக்கணக்கில் கௌரவக் கொலைகள் நிகழ்கின்றன. (சுப. வீர பாண்டியன் இவற்றை ஆதிக்கக் கொலைகள் அல்லது ஆணவக் கொலைகள் என்றோதான் குறிப்பிட வேண்டும் என்கிறார்.)

இவர்களின் திருமணத்தில் சாட்சிக் கையெழுத்துப் போட்ட ரஹ்மானின் மாணவரான ஹுஸ்ஸேய்ன், 'ரஹ்மான் மிரட்டியதால் தான் திருமணத்திற்கு சாட்சிக் கையெழுத்து போட்டேன் என்றே சொல்ல வேண்டும் என்று போலீஸ் மிரட்டியதால்தான் வேறு ஊருக்கு போய்விட்டேன். இந்த விவகாரத்தில் பல மனிதர்களின் வேறு முகங்கள் வெளிப்படுவதை உணர்ந்தேன். அதை மையமாக வைத்து நான் எழுதிய கவிதைத் தொகுப்பிற்கு சாகித்திய அகாடெமி பரிசு கிடைத்தது. இந்தக் காதலும், தொடர்ந்து நிகழ்ந்த சம்பவங்களும் சாதாரண எழுத்தாளனாக இருந்த என்னை வீரியமிக்க சிறந்த எழுத்தாளனாக மாற்றியது' என்கிறார்.

* * *

சிரிக்க வைத்தவர் சிரிக்கவில்லை!

சார்லி சாப்ளின் என்கிற பெயரை உச்சரிக்கும் போதே அவரின் வித்தியாசமான உருவம் மனதில் வந்து உதடுகளில் ஒரு புன்னகை பரவும்.

சாப்ளின் வறுமையான குடும்பத்தில் பிறந்தவர். தந்தை குடிகாரர். தாய் மன நோயாளி. ஏழு வயதில் வேலைக்குப் போக வேண்டிய சூழ்நிலை. இலவசப் பள்ளிகளில் ஓரளவுதான் படித்தார். 14 வயதில் மேடை நடிகரானார்.

லண்டனில் பிறந்து ஹாலிவுட்டில் புகழ்பெற்ற இவர் உடல் மொழி மற்றும் பாவனைகளால் சிரிக்க வைக்கும் ஸ்லாப்ஸ்டிக் காமெடியில் மேதை. கதை, திரைக்கதை, வசனம், இசை, எடிட்டிங், இயக்கம், நடிப்பு, தயாரிப்பு என்று அத்தனைத் துறைகளிலும் இயங்கிய ஹாலிவுட்டின் டி.ராஜேந்தர். நமது கே.பாக்யராஜ் போல முழு ஸ்க்ரிப்ட் கையில் இல்லாமல் செட்டிற்குப் போய் வசனத்தை அங்கேயே முடிவு செய்து நடித்து இயக்கியவர். உலகிலேயே உச்சமான சம்பளத்தைப் பெற்றவர். (மியூச்சுவல் ஃபிலிம் கார்ப்பரேஷன் 1915ஆம் வருடம் அதாவது நூறு வருடங்களுக்கு முன் அவருக்குக் கொடுத்த வருட சம்பளம் ஆறு லட்சத்து எழுபதாயிரம் டாலர்கள்)

தி கிட், கோல்ட் ரஷ், சர்க்கஸ், சிட்டி லைட்ஸ், தி கிரேட் டிக்டேட்டர், மாடர்ன் டைம்ஸ் போன்ற

அவரின் பல படங்கள் காலம் கடந்தும் ரசிக்க வைப்பவை. கோடிக் கணக்கான ரசிகர்களைச் சிரிக்க வைத்த அவரின் வாழ்க்கையில் மகிழ்ச்சி மிகவும் குறைவு. அவர் சந்தித்த வழக்குகள் அதிகம்.

சாப்ளின் நான்கு முறை திருமணம் செய்தவர். முதல் மூன்று திருமணங்களிலும் மனக் கசப்பும், வேதனையுமே மிஞ்சியது. மூவருமே நடிகைகள். முதல் மனைவி மில்ட்ரெட் ஹாரிசை திருமணம் செய்த போது ஹாரிசுக்கு வயது 17, சாப்ளினுக்கு வயது 29. இரண்டே ஆண்டுகளில் விவாகரத்து. இவர்களுக்குப் பிறந்த குழந்தை மூன்றே நாட்களில் இறந்து போனது மற்றொரு சோகம்.

இரண்டாவது மனைவியின் பெயர் லிடா கிரே. அவரோடு பழக ஆரம்பித்த போது சாப்ளினுக்கு வயது 35. லிடா கிரேக்கு வயது 16 திருமணத்திற்கு முன்பே லிடா கிரே தான் கர்ப்பமாக இருப்பதாக அறிவித்து விட்டார். சட்டப்படி சாப்ளினைக் கைது செய்து கற்பழிப்பு வழக்கு போட சாத்தியம் இருந்ததால் அவசரமாக வெகு சில நண்பர்களை அழைத்து லிடா கிரேயை திருமணம் செய்து கொண்டார். இரண்டு குழந்தைகள் பிறந்தன.

ஆனால் லிடா கிரேக்கிற்கும் சாப்ளினுக்கும் ஒத்துப் போகவில்லை. வீட்டுக்குச் செல்வதையே விரும்பாமல் அதிக நேரம் ஸ்டுடியோக்களிலேயே இருக்கத் துவங்கினார். மன உளைச்சலுக்கு ஆளானார். தன் குழந்தைகளுடன் பிரிந்து சென்ற லிடா கிரே விவாகரத்து வழக்கு தொடுத்ததோடு சாப்ளினைப் பற்றி தரக்குறைவாகவும் அவரது அந்தரங்க நடவடிக்கைகளைப் பற்றியும் பத்திரிகையாளர் சந்திப்பு நடத்தி பேட்டி கொடுத்தார்.

அது தொடர்பான பத்திரிகை விமரிசனங்கள் சாப்ளினை மிகவும் பாதித்தது. சில அமைப்புகள் சாப்ளினுக்கு கடுமையான எதிர்ப்பைத் தெரிவித்தன. சாப்ளின் நடித்த திரைப்படங்களைத் தடை செய்ய வேண்டும் என்று குரல் கொடுத்தனர்.

லிடா கிரேக்கு ஆறு லட்சம் டாலர்கள் கொடுக்க வேண்டிய நிர்பந்தத்திற்கு சாப்ளின் ஆளானார். (அப்போது அமெரிக்காவில் விவாகரத்து வழக்கில் மனைவிக்கு கணவனால் வழங்கப்பட்ட மிகப் பெரிய தொகை இது) மனச் சோர்வால் ஒரு வருடம் சாப்ளின் சினிமா தொடர்பாக எந்த வேலையும் செய்யவில்லை.

1928இல் ஆங்கிலப்படங்கள் மௌனத்தை உடைத்து பேசும் படங்களாக வரத்துவங்கின. ஆனால் சாப்ளின் சர்க்கஸ் என்கிற மௌனப்படத்தைக் கொடுத்து வெற்றி பெற்றார். அடுத்து சிட்டி

லைட்ஸ் படத்தையும் மௌனப் படமாகவே கொடுத்தார் தன் பாணியைத் தொடர்வதா, பேசும் படங்களில் இறங்குவதா என்கிற பெரிய குழப்பம் அவருக்கு ஏற்பட்டது. அதனால் கிட்டத்தட்ட இரண்டு வருடங்கள் படம் எதுவும் எடுக்காமல் திரைக்கதை மட்டும் எழுதி தி கிரேட் டிட்டேட்டர் என்னும் பேசும் படத்திற்கு தயாரானார்.

அந்த சமயம் இவர் 21 வயது பவுலட் கோர்ட் என்கிற நடிகையுடன் நெருக்கமாகப் பழகி வந்தார். எங்களுக்குள் ரகசியமாகத் திருமணம் நடந்தது என்று பிறகு அறிவித்தார். அப்போது சாப்ளினுக்கு வயது 43

இவர் நட்புடன் பழகிய இன்னொரு நடிகையான ஜோன் பெர்ரி தான் கர்ப்பமாக இருப்பதாகவும், அதற்குக் காரணம் சாப்ளின் தான் என்றும் அறிவித்தார். சாப்ளின் அதை திட்டவட்டமாக மறுத்தார். பெர்ரி வழக்கு தொடுத்தார்.

அதுவரை அரசியல் கலப்பு எதுவும் இல்லாமல் படங்கள் செய்து கொண்டிருந்த சாப்ளின் தி கிரேட் டிக்டேட்டர் திரைப்படத்தில் ஹிட்லரை கடுமையாக கிண்டல் செய்திருந்தார். அந்தத் திரைப்படத்தை அப்போதைய ஜனாதிபதி ரூஸ்வல்ட்டும் இங்கிலாந்தின் ஜனாதிபதி சர்ச்சிலும் மிகவும் ரசித்தாலும், அமெரிக்க அரசாங்கம் சாப்ளின் மேல் அரசியல் சாயம் பூசியது. அவரை கம்யூனிஸ்ட் என்று விமரிசித்தது. எஃப்.பி.ஐ அவருக்கு மறைமுகமாகப் பல தொல்லைகளைத் தரத் துவங்கியது.

ஜோன் பெர்ரி வழக்கு தொடுத்ததும், எஃப்.பி.ஐயும் அவர் மேல் உப்புசப்பில்லாத நான்கு காரணங்களுக்காக வழக்கு தொடுத்தது. சாப்ளின் தன் கொள்கைகளை மாற்றிக் கொள்ளாமல் அமெரிக்க விரோதப் போக்கிலேயே வழக்குகளைச் சந்தித்தார்.

ஜோர் பெர்ரிக்கு கரோல் என்கிற பெண் குழந்தை பிறந்தது. சாப்ளினின் ரத்த மாதிரி எடுக்கப்பட்டது சோதனை முடிவு சாப்ளினுக்கு சாதகமாக இருந்த போதும், அதை ஏற்காமல் அந்தக் குழந்தைக்கு சாப்ளின் தான் தந்தை என்றும் கரோலுக்கு 21 வயது நிரம்பும் வரை பராமரிப்பு செலவுகளை கொடுத்தாக வேண்டும் என்றும் தீர்ப்பு வழங்கியது கோர்ட். (மரபணு பரிசோதனை அப்போது இல்லை)

வழக்கு நடந்து கொண்டிருந்த போதே சாப்ளின் நடிக்க வாய்ப்பு கேட்டு வந்த 18 வயது ஊனா ஓநில் என்கிற பெண்ணை நான்காவதாக திருமணம் செய்து கொண்டார். அப்போது அவருக்கு

வயது 54. சாப்ளின் கடைசி வரை ஒற்றுமையாக வாழ்ந்த ஓநிலைப் பற்றி தன் சுயசரிதை புத்தகத்தில் அவருடன் ஏற்பட்டது மட்டுமே மிகச் சரியான காதல் என்று குறிப்பிட்டுள்ளார். இந்தத் தம்பதி எட்டு குழந்தைகளைப் பெற்றெடுத்தார்கள்.

அமெரிக்க உளவுத் துறையின் தொடர்ந்த எதிர்ப்புப் பிரச்சாரத்தால் சாப்ளின் மனம் நொந்து போனார். அவரை நாடு கடத்த வேண்டும் என்று குரல்கள் ஒலித்தன. தன் அடுத்த படத்தின் முதல் காட்சியை வெளியிட லண்டனுக்குப் புறப்பட்டார் சாப்ளின் அவர் மீண்டும் அமெரிக்காவுக்கு திரும்புவதற்கான பர்மிட்டை அரசு ரத்து செய்தது. பர்மிட் வேண்டுமானால் விசாரணையைச் சந்திக்க வேண்டும் என்று நிபந்தனை விதித்தது.

சாப்ளின் மீண்டும் அமெரிக்காவுக்குத் திரும்ப மாட்டேன் என்று அறிவித்தார். ஸ்விட்சர்லாந்தில் தங்கிக் கொண்டார். மனைவியை அமெரிக்காவுக்கு அனுப்பி தன் ஸ்டுடியோ, வீடுகள், பங்குகள் என்று அனைத்து சொத்துக்களையும் விற்றார்.

அடுத்து அமெரிக்காவை விமரிசிக்கும் விதமாக கிங் ஆஃப் நியூயார்க் என்கிற படத்தை எடுத்தார் சாப்ளின். அந்தப் படத்தை அமெரிக்காவில் வெளியிடவில்லை. அந்தப் படத்தின் பத்திரிகையாளர் காட்சிக்கு அமெரிக்க பத்திரிகையாளர்கள் வரக் கூடாதென்றும் உத்தரவிட்டார். அது தான் அவரின் கடைசிப்படம். அது ஒரு மிகப் பெரிய தோல்விப் படமானது.

அதன் பிறகு உடல் நலம் குன்றி சக்கர நாற்காலியில் வாழ்க்கையை நடத்திய சூழலிலும், தன் மகளை நடிகையாக்கும் நோக்கத்தில் ஒரு கதையைத் தயார் செய்தார். ஆனால் அந்தப் படம் வரவேயில்லை.

1952இல் அமெரிக்காவை விட்டு வெளியேறிய சாப்ளினை 1972இல் வாழ்நாள் சாதனையாளருக்கான ஆஸ்கார் விருதைப் பெற்றுக் கொள்ள அகாடெமி அழைத்தது. தயக்கத்திற்குப் பிறகு அழைப்பை ஏற்று அமெரிக்கா வந்த சாப்ளினுக்கு அரங்கில் அத்தனை பேரும் எழுந்து நின்று இடைவிடாமல் பனிரெண்டு நிமிடங்கள் கை தட்டினார்கள். இது ஆஸ்கார் விருது விழா வரலாற்றில் மிகவும் நீளமான கை தட்டலாகும்.

1977இல் தனது 88வது வயதில் சாப்ளின் இறந்து போனார். அதன் பிறகும் ஒரு வழக்கு. சாப்ளினின் கல்லறையிலிருந்து அவரின் சவப்பெட்டியைத் திருடிச் சென்று குடும்பத்தினரிடம் பணம் கேட்டு மிரட்டினார்கள். பெரிய போலீஸ் படை

இறங்கி குற்றவாளிகளைப் பிடித்தார்கள். சவப்பெட்டி மீண்டும் புதைக்கப்பட்டு கடுமையான பாதுகாப்பு செய்யப்பட்டது. (இதே போல முன்னாள் அமெரிக்க ஜனாதிபதி ஆப்ரஹாம் லிங்கனின் உடலும் திருடப்பட்டு காவல் துறையால் கண்டுபிடிக்கப்பட்டது)

கடைசியாக ஒரு லேட்டஸ்ட் வழக்கு... சாப்ளின் வாழ்ந்த ஸ்விட்சர்லாந்து வீடு 2016இல் மியூசியமாயிற்று. அதில் வைத்திருந்த சாப்ளின் வாங்கிய ஆஸ்கார் விருதை இந்த ஜனவரியில் திருடிவிட்டார்கள். ஏதாவது தகவல் தெரிந்தால் தெரிவிக்கச் சொல்லி சாப்ளினின் இணைய தளத்தில் அறிவிப்பு வெளியிட்டிருக்கிறார்கள்.

* * *

நம்புங்கள் நான்தான் அவன்!

வழக்கமாக ஒருவர் இன்னொருவராக நடித்து ஆள் மாறாட்டம் செய்வார். ஒரு நூற்றாண்டுக்கு முன்பு இந்தியாவில் மிகவும் விசித்திரமான ஒரு வழக்கில் குமார் என்கிற ஒருவர் அவர்தான் குமார் என்று நிரூபிக்க பல வருடங்கள் நீதி மன்றங்களில் போராடினார்.

1909 ஆம் வருடம் அந்தச் சம்பவம் நடந்தது. அப்போது இந்தியாவுடன் சேர்ந்திருந்த தற்போதைய பங்களாதேஷில் டாக்கா நகரத்திலிருந்து இருபது கிலோமீட்டர் தொலைவில் பாவல் என்கிற மிகப் பெரிய ஜமீன் இருந்தது. 1500 சதுர பரப்பளவுடன் 2300 கிராமங்களை உள்ளடக்கிய அந்த ராஜ ஜமீனின் தலை நகர் ஜெய்தேப்பூர்.

மூன்று ராஜகுமாரர்கள் ஜமீனை நிர்வகித்தார்கள். அதில் மோஜோ குமார் என்று அழைக்கப்பட்ட இரண்டாவது ராஜகுமாரன்தான் நம் கதாநாயகன். குமாருக்கு மிருகங்களை வேட்டையாடுவதும், பெண்களோடு உல்லாசமாய் இருப்பதும் தான் முழு நேர வேலை. பிபாவதியை திருமணம் செய்த பிறகும் ஆட்டம் குறையவில்லை.

மலை வாசஸ்தலமான டார்ஜிலிங்கில் ஓய்வெடுக்க அழைப்பு விடுத்தான் பிபாவதியின் அண்ணன் சத்யன். குமாரும் சென்றான். மே ஏழாம் தேதி இரவு

குமார் இறந்து விட்டதாக பாவல் ஜமீனுக்கு தகவல் வந்தது. மறுநாள் காலை டார்ஜிலிங்கில் குமாரின் உடலை சுடுகாட்டுக்குத் தூக்கிச் சென்று எரித்தார்கள்.

பிபாவதி அரண்மனையை விட்டு வெளியேறி தன் அண்ணனுடன் சென்றாள். அடுத்த சில வருடங்களில் மற்ற இரண்டு ராஜகுமாரர்களும் இறந்து போனார்கள். சோதனையாக மூன்று பேருக்குமே வாரிசுகள் இல்லாததால் பாவல் ஜமீனின் நிர்வாகப் பொறுப்பை பிரிட்டிஷ் அரசாங்கம் எடுத்துக் கொண்டது.

12 வருடங்கள் கழித்து 1920ஆம் வருடம் டாக்காவுக்கு ஒரு சாமியார் வந்தார். அவர் இறந்து போன ராஜகுமாரன் குமார் சாயலில் இருப்பதாக மக்கள் பேசிக் கொண்டார்கள். இதைக் கேள்விப்பட்ட மூன்று ராஜகுமாரர்களின் சகோதரி ஜோதிர்மயி சாமியாரை தன் வீட்டுக்கு அழைத்து வரச் சொன்னாள்.

அவளுக்கும் ஆச்சரியம். நடை, உடல் மொழி, பார்வை, பேச்சு எல்லாமே குமாருடைய சாயலோடு ஒத்திருந்தது. சாமியாரிடம் அவரைப் பற்றி கேட்டதற்கு, ‘டார்ஜிலிங் அருகில் ஒரு காட்டில் நினைவில்லாமல் கிடந்த என்னை தரம்தாஸ் என்கிற சாது காப்பாற்றி தன் சீடராக்கிக் கொண்டார். அதற்கு முன்பான என் வாழ்க்கை நினைவில் இல்லை, கடந்த பனிரெண்டு வருடங்களாக குருவோடு இமய மலையில் பல ஊர்களுக்கு போய் வந்தேன்’ என்றார்.

ஜோதிர்மயியும், ஊர் மக்களும் அந்த சாமியார்தான் இறந்து போனதாக நம்பப்பட்ட குமார் என்று நம்பினார்கள். டாக்காவுக்குத் திரும்பிய சாமியாருக்கு கொஞ்சம் கொஞ்சமாக பழைய நினைவுகள் வரத் துவங்கின.

சாமியார் மீண்டும் ஜெய்தேப்பூருக்கு அழைக்கப்பட்டார். அவரை மக்கள் யானையில் உட்கார வைத்து அழைத்து வந்தார்கள். பெரிய மக்கள் கூட்டத்தின் முன் நிறுத்தப்பட்ட சாமியாரை பலரும் கேள்விகள் கேட்டார்கள். சாமியார் தன்னைச் சின்ன வயதில் வளர்த்த தாதி மற்றும் அரண்மனையில் வேலை பார்த்த பணியாளர்களின் பெயர்களைச் சரியாகச் சொன்னார்.

எல்லோரும் தீர்மானமாக சாமியாரை ராஜகுமாரன் என்று நம்பினார்கள். ஆனால் குமாரின் மனைவியான பிபாவதியும், சத்யனும் நம்பத் தயாரில்லை. அரசாங்கத்திடமிருந்து சொத்துக்களை அடைய திட்டமிட்டு நடத்தும் நாடகம் என்றார்கள்.

மாவட்ட கலெக்டர் சாமியாரை வரவழைத்து ஒரு விசாரணை நடத்தினார். குமாரின் உடல் எரிக்கப்பட்டதற்கு சரியான சாட்சிகள் இருப்பதால், இவர் ராஜகுமாரன் இல்லை என்று தீர்ப்பு சொல்லிவிட்டார்.

சாமியார் நம்பிக்கை இழந்து கல்கத்தா சென்று தொழில் செய்ய ஆரம்பித்து விட்டார். தாரா தேவி என்கிற பெண்ணை திருமணமும் செய்து கொண்டார். ஆனால் அவர் மேல் நம்பிக்கை கொண்ட ஆதரவாளர்கள் சேர்ந்து நிதி திரட்டினார்கள் பெரிய வக்கீலைப் பிடித்தார்கள். கோர்ட்டுக்குப் போனார்கள்.

டாக்கா நீதி மன்றத்தில் 1933ஆம் வருடம் இந்த விசித்திர வழக்கின் விசாரணை துவங்கியது. சாமியார் வாதி, பிபாவதியும், அரசாங்கமும் பிரதிவாதி. வழக்கு மூன்று ஆண்டுகள் நடந்தது. சாமியாரின் கைரேகையோடு ஒப்பிட இறந்த குமாரின் கைரேகை படிந்த ஒரு பொருளும் கிடைக்கவில்லை என்பதும், அப்போது மரபணு சோதனை இல்லை என்பதும் வழக்கில் சாமியாருக்கு பாதகமன விஷயங்கள்.

நூற்றுக்கணக்கான சாட்சிகள் விசாரிக்கப்பட்டார்கள். பலவிதமான மருத்துவர்கள் சாமியாரைப் பரிசோதித்தார்கள். புகைப்பட நிபுணர்கள், சிலை வடிப்பவர்கள் என்று பலரும் குமாரின் பழைய புகைப்படங்களை வைத்து சாமியாருடன் ஒப்பிட்டு கருத்து தெரிவித்தார்கள். நிறம், கை, கால் அமைப்பு, கண், பார்வை வடுக்கள், மற்றும் பல அங்க அடையாளங்கள் சரி பார்க்கப்பட்டன.

குமாரின் ஆசை நாயகியாக இருந்த எலோகேஷி நீதிபதியிடம் தனிமையில் குமாரின் அந்தரங்க உறுப்பில் இருந்த மச்சம் பற்றி சொன்னாள். சாமியாரை நீதிபதி சோதித்துப் பார்த்தார். அந்தக் குறிப்பு சரியாக இருந்தது.

குமார் எப்படி யானை மேல் ஏறுவார், எப்படி உணவு உண்பார், எந்த வார்த்தைகளை அதிகம் உபயோகிப்பார் போன்ற விதவிதமான கேள்விகளுக்கு சாமியார் சரியான பதில்களைச் சொன்னார்.

எதிர் தரப்பு குமார் ஆங்கிலத்தில் எழுதத் தெரிந்தவர் என்று சில கடிதங்களைச் சமர்ப்பித்தது. சாமியார் அதை மறுத்தார். பிறகு அந்தக் கடிதங்கள் போலியாகத் தயாரிக்கப்பட்டவை என்று கண்டுபிடிக்கப்பட்டது. சாமியாரின் குருவும், மற்ற சீடர்களும் வரவழைக்கப்பட்டார்கள். அவர்கள் அனைவரும்

புயலும், மழையுமாய் இருந்த ஓர் இரவில் டார்ஜிலிங் அருகில் ஒரு காட்டில் நினைவு தவறிய நபரை கண்டெடுத்த நிகழ்வை ஒரே மாதிரி சொன்னார்கள்.

குமார் இறந்த மறுநாள் சுடுகாட்டிற்கு எடுத்துச் சென்று எரிக்கப்பட்ட உடலின் முகத்தை யாரும் பார்க்கவில்லை என்றும், அது துணியால் மூடப்பட்டிருந்தது என்றும் பலர் சாட்சி சொன்னார்கள். குமாரின் மரணம் இயற்கையாக நடந்திருக்க வாய்ப்பில்லை என்றும், குமார் ரூபாய் முப்பதாயிரத்துக்கான (அப்போது அது பெரிய தொகை) ஆயுள் காப்பீட்டுத் தொகையை பிபாவதி சார்பாக பெற்று தன் கணக்கில் சத்யன் வரவு செய்து கொண்டதில் மர்மம் இருப்பதாகவும் சொன்னார்கள்.

நீதிபதி தன் இறுதித் தீர்ப்பில் சாமியார்தான் ராஜகுமாரன் என்று சொன்னார். கல்கத்தா உயர்நீதி மன்றத்தில் பிபாவதி அப்பீல் செய்தார். மூன்று நீதிபதிகளைக் கொண்ட பெஞ்ச் விசாரித்தது. ஒரு நீதிபதி சாதகமாகவும், ஒரு நீதிபதி பாதகமாகவும் தீர்ப்பு சொல்ல... தலைமை நீதிபதி இங்கிலாந்திலிருந்து தபாலில் அனுப்பிய தீர்ப்பை ஆயிரக்கணக்கான மக்கள் முன்னிலையில் சீல் உடைத்துப் படிக்க... அவர் சாமியாருக்கு ஆதரவாக தீர்ப்பு தந்திருந்தார்.

அப்போது இந்தியாவில் சுப்ரீம் கோர்ட் இல்லாததால் வழக்கு லண்டனில் இயங்கிய பிரிவி கவுன்சிலுக்குச் சென்றது. அங்கே அப்பீல் தள்ளுபடி செய்யப்பட்டது.

தீர்ப்பு தந்தியில் வந்த தினம் குமார் கோயிலுக்குச் சென்றார். அங்கே திடீரென்று அவருக்கு நெஞ்சு வலி ஏற்பட்டது. அடுத்த இரண்டு நாட்களில் இறந்து போனார். அவர் உடலுக்கு இறுதி மரியாதை செலுத்த பிபாவதி வரவில்லை.

குமாரின் சொத்துக்களுக்கு பிபாவதி சொந்தம் கொண்டாட முடியாதென்று இரண்டாம் மனைவி தாரா தேவி வழக்கு தொடர்ந்தார். அந்த வழக்கில் சொத்துக்கள் இரண்டு மனைவிகளுக்கும் சரிசமமாக ஒப்படைக்கப்பட வேண்டும் என்று தீர்ப்பானது. ஆனால் பிபாவதி எட்டு லட்சம் ரூபாய் மதிப்பிலான தன் பங்கு சொத்துக்களை வேண்டாம் என்று சொல்லி விட்டார். பிபாவதி சாகும் வரை சாமியாரை குமாராக ஏற்கவேயில்லை.

சரி, டார்ஜிலிங்கில் குமார் இறந்த இரவில் என்னதான் நடந்தது? அப்போது சத்யனுடன் இருந்தவர்கள் பிறகு சொன்ன

உண்மைச் சம்பவம் இதுதான்... சத்யன் சொத்துக்கு ஆசைப்பட்டு உணவில் விஷம் கலந்து குமாருக்குக் கொடுத்து கொலை செய்துவிட்டார். அவசரமாக அன்றிரவே உடலை மயானத்துக்கு எடுத்துச் சென்றார்கள். திடீரென்று புயலுடன் கூடிய மழை வர... தீப்பந்தங்கள் அணைந்து விட... பாடையைக் கீழே வைத்து விட்டு அருகில் இருந்த குடில்களில் ஒதுங்கினார்கள். மழை நின்றதும் பார்த்தால் குமாரின் உடலைக் காணவில்லை.

இரவோடு இரவாக வேறு ஒரு உடலைத் தேடிப் பிடித்து முகம் தெரியாமல் துணியைச் சுற்றி அதுதான் குமாரின் உடல் என்று சொல்லி மறுநாள் மயானத்துக்கு எடுத்துச் சென்று எரித்து விட்டார்கள்.

உயிரோடு இருந்த குமாரை இறந்து விட்டதாக அவர்கள் நினைத்து விட்டார்கள். கொடுக்கப்பட்ட விஷத்தால் நினைவு தப்பிய குமார் மழையில் எங்கோ அடித்துச் செல்லப்பட்டு சாதுக்களிடம் கிடைத்திருக்கிறான்.

தன்னைக் கொலை செய்ய முயன்றதாக குமார் தனி புகார் கொடுத்திருந்தால் தனியாக ஒரு குற்ற வழக்கு நடந்து குற்றவாளிகள் தண்டிக்கப்பட்டிருப்பார்கள். ஜமீன் சொத்துக்களை அனுபவிக்காமல் தன் 63வது வயதில் குமார் இறந்துவிட்டாலும் ஜமீனின் ராஜா நான் தான் என்று போராடி உலகத்திற்கு நிரூபித்து விட்டார்.

* * *

வென்றவன் தோற்றான்!

*1994*ஆம் வருடம் அமெரிக்காவில் நடந்த ஒரு வழக்கின் தீர்ப்பு வெளிவந்த நாளில் அதன் நேரடி ஒளிபரப்பைப் பார்த்தவர்கள் பத்துக் கோடி மக்கள். அன்று நியூயார்க் பங்குச் சந்தையில் வர்த்தகம் 41 சதவிகிதம் குறைந்தது. வெளியூர் தொலைபேசி அழைப்புகள் 58 சதவிகிதம் குறைந்தன. நாட்டின் மொத்த உற்பத்தியின் பாதிப்பு 48 கோடி டாலர்ஸ் என்று கணக்கிட்டார்கள். அப்போதைய ஜனாதிபதி பில் கிளின்டன் 'தீர்ப்பால் கலவரம் ஏற்பட வாய்ப்புண்டா?' என்று விசாரித்தார். அப்படி என்ன வழக்கு அது?

ஓ.ஜே.சிம்சன் ஒரு புகழ்மிக்க கால்பந்தாட்ட வீரர், திரைப்பட நடிகர், தொலைக்காட்சி தொகுப்பாளர். திரைப்பட தயாரிப்பாளர். முதல் திருமணத்தின் விவாகரத்துக்குப் பிறகு நிகோல் பிரவுன் என்பவரை காதலித்து மணந்தார். ஆனால் அடிக்கடி சண்டை. சிம்சன் அவரைத் திட்டியிருக்கிறார், அடித்திருக்கிறார். சிலமுறை பிரவுன் காவல் துறையை அழைத்து உதவி பெற்றிருக்கிறார். சிம்சன் பிரபலமான நபர் என்பதால் காவல் துறை அறிவுரை மட்டும் சொல்லிச் சென்றது.

ஒரு கட்டத்தில் பிரவுன் சிம்சனை விட்டு விலகி தனியாக வீடெடுத்துத் தங்கி விவாகரத்து வழக்கு தொடுத்தார். பிரவுன் தன் சில தோழிகளிடம் தனக்கு

ஏதாவது நடந்தால் அது இயற்கையான மரணமாக இருக்காது என்று சொல்லியிருக்கிறார்.

94 ஜுன் மாதம் 13ஆம் தேதி இரவு பிரவுன் தன் வீட்டின் வாசலில் கத்திக் குத்துபட்டு இறந்து கிடக்க... சற்றுத் தள்ளி ரொனால்ட் கோல்ட்மேன் என்கிற பிரவுனின் நண்பரும் கொலை செய்யப்பட்டுக் கிடந்தார். போலீஸ் ஆராய்ந்ததில் கொலைகளில் சிம்சனை தொடர்புபடுத்தும் விதமாக சில தடயங்கள் கிடைத்தன. சிம்சனின் கார் பிரவுன் வீட்டுக்கு அருகிலிருந்து புறப்பட்டுச் சென்றதைப் பார்த்ததாகப் பக்கத்து வீட்டுப் பெண் சொன்னாள்.

மரணச் செய்தியை சிம்சனுக்கு போலீஸ் அதிகாரி போனில் சொன்னபோது அதிர்ச்சி அடைந்தாலும் மரணம் எப்படி நடந்தது என்று சிம்சன் கேட்கவில்லை. அந்த நேரத்தில் வீட்டில் தூங்கிக் கொண்டிருந்ததாகத் தெரிவித்தார். தடயங்களை ஆராய்ந்ததில் சந்தேகம் வலுத்ததால் சிம்சனை விசாரணைக்கு அழைத்தார்கள்.

ஜுன் 17 ஆம் தேதி அவர் காவல் நிலையத்திற்கு வரப் போவதை அறிந்து ஆயிரம் பத்திரிகையாளர்கள் காத்திருக்க... அவர் வரவில்லை. மாறாக அவரது வக்கீல் சிம்சன் அனுப்பியதாக ஒரு கடிதத்தை பத்திரிகையாளர்களிடம் கொடுத்தார். அதில் சிம்சன் தனக்கும் அந்தக் கொலைகளுக்கும் எந்தத் தொடர்பும் இல்லை என்றும், மனம் வெறுத்து எங்கோ போவதாகவும் கிட்டத்தட்ட தற்கொலைக் கடிதம் போல எழுதியிருந்தார்.

அன்று மாலை 6.20 மணிக்கு தன் நண்பர் கார் ஓட்ட, பின் சீட்டில் அமர்ந்து சிம்சன் காரில் செல்வதைப் பார்த்து ஒருவர் தகவல் சொல்ல... அருகிலிருந்த ஒரு போலீஸ் அதிகாரி அந்தக் காரை தன் காரில் துரத்தினார். சில நிமிடங்களில் ஏராளமான போலீஸ் கார்கள் துரத்தத் துவங்கின. சிம்சன் துப்பாக்கியை தன் நெற்றியில் வைத்து காரை நிறுத்தாமல் ஓட்டச் சொல்லி நண்பருக்கு வெறித்தனமாக கட்டளையிட்டார். செல்போனில் ஒரு போலீஸ் அதிகாரி பேசினார். துப்பாக்கியை ஜன்னல் வழியாக வீசிவிட்டு சரணடையச் சொன்னார். சிம்சன் மறுத்தார்.

அதற்குள் தகவல் கிடைத்து இருபது தொலைக்காட்சி நிறுவனங்களின் ஹெலிகாப்டர்கள் வானில் பறந்து வந்து இந்தத் துரத்தலை பதிவு செய்தன. சி.என்.என், பி.பி.சி. நியூஸ் போன்ற பெரிய தொலைக்காட்சிகளில் மற்ற நிகழ்ச்சிகளை நிறுத்தி விட்டு இதை நேரடி ஒளிபரப்பு செய்தார்கள். (இதை யூ டியூபில் காணலாம்)

இரவு எட்டு மணி வரை 80 கிலோமீட்டர் தூரத்திற்கு இந்தத் துரத்தல் தொடர்ந்தது... ஒருவழியாக சிம்சன் சரணடைய சம்மதித்தார். தன் வீட்டு வாசலில் காரை நிறுத்தி இறங்கி, வழக்கை முறைப்படி சந்திக்கிறேன் என்று கைதானார்.

340 நபர்களைப் பரிசீலித்து 12 ஜுரிகளைத் தேர்வு செய்தார் நீதிபதி. தினமும் தொலைக்காட்சிகள், படம் பிடிக்க... விசாரணை துவங்கியது. அரசுத் தரப்பின் குற்றச்சாட்டின்படி அன்றிரவு சிம்சன் தன் காரில் பிரவுன் வீட்டிற்குப் போய் கதவைத் தட்டினார். திறந்த பிரவுனை உடனே கத்தியால் குத்தத் துவங்கினார். அப்போது அங்கு வந்த ரொனால்ட் கோல்ட்மேன் சிம்சனைத் தடுக்க முயல, அவருக்கும் குத்துகள் விழுந்தன. இருவரும் இறந்ததும் காரில் ஏறிச் சென்றுவிட்டார் சிம்சன்.

கொலைகள் நிகழ்ந்த இடத்தில் சிம்சனுக்குச் சொந்தமான ஒரு கையுறையும், பிரவுனின் ரத்தச் சுவடுகளுடன் கூடிய சிம்சனின் எண் 12 சைசில் இருந்த ஷு தடங்களும், சிம்சனின் காரைப் பார்த்த சாட்சியும், சிம்சனுக்குக் கத்தி ஒன்றை விற்ற நபரின் சாட்சியும், சிம்சனுக்கும் அவர் மனைவிக்கும் அடிக்கடி சண்டை நடந்ததற்கான சாட்சிகளும் அவருக்கு எதிராக வைக்கப்பட்டன.

சிம்சன் தரப்பு எல்லாவற்றையும் மறுத்தது. அந்த ஷுவின் சைஸ் சரிதான். ஆனால் அது சிம்சனின் ஷு அல்ல என்றது. அந்தக் கையுறையைக் கோர்ட்டிலேயே அணிந்து பார்க்க... அது அவருக்குச் சேரவேயில்லை. அதற்கு அரசுத் தரப்பு, இடைப்பட்ட காலத்தில் சிம்சன் வழக்கமாக எடுக்கும் மூட்டு வலிக்கான மருந்தை எடுக்காததால் கை வீங்கியிருக்கிறது என்று கொடுத்த விளக்கத்தை சிம்சன் தரப்பு ஏற்கவில்லை.

காரை அந்த நேரத்தில் அங்கு பார்த்ததாகச் சொன்ன சாட்சியும், கத்தி விற்றதாகச் சொன்ன சாட்சியும் தனியார் தொலைக்காட்சிகளுக்கு பணம் வாங்கிக் கொண்டு பேட்டிகள் அளித்ததால் அவர்கள் இருவரையும் அரசுத் தரப்பு கோர்ட்டில் ஆஜர் படுத்தவில்லை.

பிரவுனுடன் தங்கியிருந்த ஒரு தோழி போதை மருந்துக்கு அடிமை என்றும், அவள் மருந்து வாங்கி பாக்கி வைத்த தொகையை வசூலிக்க வந்த போதை மருந்து விற்ற ஆசாமியிடம் தோழிக்காக பிரவுன் வாதம் செய்ததால் கத்தியால் குத்திவிட்டு, தடுக்க வந்த ரொனால்டையும் கொன்று விட்டுப் போய்விட்டார்கள் என்பது சிம்சன் தரப்பு வாதமாக இருந்தது.

கொலைக்குப் பயன்படுத்திய ஆயுதமான கத்தியை அரசுத் தரப்பால் கைப்பற்ற முடியவில்லை. ஆனால் அவர்கள் குறிப்பிட்ட சிம்சன் விலைக்கு வாங்கிய கத்தியை சிம்சன் தரப்பு சமர்ப்பித்தது. அந்தக் கத்தி இன்னும் பயன்படுத்தப்படாமல் புதிதாக இருந்ததை நிரூபித்தார்கள்.

விசாரணை முடிந்து தீர்ப்பு வழங்கிய நாளில் நாடு முழுதும் தொலைக்காட்சிப் பெட்டிகளின் முன்பாக மக்கள் அமர்ந்துவிட்டார்கள். அலுவலகங்களில் எல்லா அலுவல்களும் ஒத்தி வைக்கப்பட்டன. பத்திரிகையாளர்கள் குவிந்தார்கள். சிம்சனைக் குற்றவாளி என்று சொல்ல போதுமான ஆதாரங்கள் இல்லை என்று ஜூரிகள் தீர்ப்பளித்தார்கள்.

இந்த வழக்கு பற்றி அத்தனை பத்திரிகைகளும் தொடர்ந்து எழுதின. அத்தனை தொலைக்காட்சிகளும் தொடர்ந்து காட்டின. பல புத்தகங்கள் எழுதப்பட்டன. இந்த வழக்கில் இனப் பிரச்சினையின் தாக்கம் பெரிதும் இருந்ததாக பலர் கருத்து சொன்னார்கள். ஜூரிகளில் எட்டு பேர் கறுப்பினத்தவரைச் சேர்ந்தவர்களாக இருந்ததும், நாடு முழுவதும் இது சிறுபான்மை இனத்தவருக்கு எதிரான வழக்காக மீடியா பிரச்சாரம் செய்ததும், இனக் கலவரம் வந்துவிடக் கூடாதென்கிற எச்சரிக்கையும் தீர்ப்பை பாதித்ததாக எழுதினார்கள். தவிர... கார் துரத்தலின் போது காருக்குள் இருந்த சிம்சனின் பெட்டியில் உடைகள், பணம், பாஸ்போர்ட் இருந்ததை ஜூரிகளிடம் ஏன் அரசுத் தரப்பு காட்டவில்லை என்கிற கேள்வியையும் எழுப்பினார்கள்.

கொலைகளால் பாதிக்கப்பட்ட இரண்டு குடும்பத்தினரும் நஷ்ட ஈடு கேட்டு தனியாக வழக்கு தொடர்ந்தார்கள். அந்த வழக்கில் சிம்சன் அவர்களுக்கு மூன்று கோடியே முப்பது லட்சம் டாலர்கள் தர வேண்டும் என்று தீர்ப்பானது. அதை அவர் சரியாக செலுத்தாததால் சிம்சனுக்குச் சொந்தமான பல சொத்துக்களை அரசு கைப்பற்றி ஏலத்தில் விட்டு தொகையை அவர்களுக்குக் கொடுத்தது.

சிம்சன் லாஸ் ஏஞ்சலஸ் நகரத்தை விட்டு வெளியேறி லாஸ் வேகாஸ் நகரத்திற்கு வந்து குடியேறினார். 2007ம் வருடம் ஒரு உணவு விடுதியில் சிம்சனுக்குச் சொந்தமான பல கப்புகளும், மெடல்களும் இருப்பதை அறிந்து அவற்றைக் கைப்பற்ற மூன்று நண்பர்களோடு சிம்சன் சென்றார். தகராறு ஆனது. துப்பாக்கியைக் காட்டி மிரட்டினார். பொருள்களைக் கைப்பற்றினார். ஒரு ஆசாமியைக் கடத்தி வந்தார்.

போலீஸ் அவரைக் கைது செய்து விசாரித்த போது, 'அமைதியாகத் தான் கேட்டேன்., துப்பாக்கி எடுத்துச் செல்லவில்லை' என்று மறுத்தார் ஆனால் உடன் சென்ற நண்பர்கள் தண்டனைக்கு பயந்து அப்ரூவர்களாக மாறி உண்மையைச் சொல்லிவிட்டார்கள். அந்த வழக்கில் 33 வருடங்கள் சிறைத் தண்டனை கிடைத்து தற்சமயம் சிம்சன் சிறையில் இருக்கிறார்.

பெரிய வழக்கில் கோட்டை விட்டதால் இந்த வழக்கில் காவல்துறை வசமாக அவரைச் சிக்க வைத்து விட்டதாக எழுதினார்கள். அந்த இரண்டு கொலைகளையும் செய்தது யார் என்கிற கேள்விக்கு இன்று வரை பதில் இல்லை. அல்லது... அது எல்லோருக்கும் தெரிந்த ஒரு பதில்.

* * *

சிறை அதிகாரிக்குச் சிறை தண்டனை!

'**ச**ந்தேகத்தின் பலனை சாதகமாக்கி அவரை விடுதலை செய்கிறேன்!' என்று தீர்ப்பு வாசித்து விட்டு கண்ணாடியைக் கழற்றும் நீதிபதிகளைப் பல திரைப்படங்களில் பார்த்திருப்பீர்கள். டெல்லியில் நடந்த ஒரு கொலை வழக்கில் போலீஸ் மூன்று வருடங்கள் துப்பறிந்து, நான்கு குற்றவாளிகளைக் கைது செய்து, ஐந்து வருடங்கள் வழக்கு நடத்தி, ஆயுள் தண்டனை என்று தீர்ப்பான பிறகு, உயர் நீதி மன்றம் 'சந்தேகத்தின் பலனை...' என்று ஆரம்பித்தது. அந்தத் தீர்ப்பு சமூக போராளிகளிடம் கொந்தளிப்பை ஏற்படுத்தியது. அந்த வழக்கின் பின்னணி என்ன?

1999ஆம் வருடம் ஜனவரி 23ஆம் தேதி. டெல்லியில் தன் அடுக்கு மாடி குடியிருப்பின் அழைப்பு மணியை ஒலிக்கச் செய்து காத்திருந்தார் ராகேஷ் பட்னாகர். பிறகு தன்னிடமிருந்த சாவியால் திறந்து உள்ளேச் சென்று பார்த்து அலறினார். உள்ளே அவர் மனைவி ஷிவானி பட்னாகர் ரத்த வெள்ளத்தில் இறந்து கிடந்தார். தொட்டிலில் அவர்களின் இரண்டு மாதமேயான குழந்தை அழுது கொண்டிருந்தது.

போலீஸ் வந்து தடயங்கள் சேகரித்தது. 'விசாரித்து குற்றவாளியைப் பிடிப்போம்' என்று பேட்டியளித்து விட்டுச் சென்றது இந்தக் கொலை செய்திக்கு

மீடியாக்களில் அதிக முக்கியத்துவம் தரப்பட்டது. காரணம்... கொலை செய்யப்பட்ட ஷிவானி டெல்லி இந்தியன் எக்ஸ்பிரஸ் பத்திரிகையின் சீனியர் பத்திரிகையாளர்.

பணத்திற்காக நடந்த கொலை என்று முதலில் போலீஸ் சந்தேகப்பட்டது. கூலிப்படை வைத்து ஷிவானியின் கணவரே கொலையை நடத்தியிருக்கலாமோ என்றும் யோசித்தது. ராகேஷ் எழுபது முறை விசாரிக்கப்பட்டார். ஆனால் அவரைக் கைது செய்வதற்கான ஆதாரம் எதுவும் இல்லை.

போலீஸ் மூன்று வருடங்கள் விசாரித்து 2002ஆம் வருடம் மூன்று பேர் கைது செய்யப்பட்டார்கள். அவர்கள் கூலிப்படை என்பதும், இந்தத் திட்டத்தின் மூளையாக செயல்பட்டது ஒரு பெரிய போலீஸ் அதிகாரி என்பதும் தெரியவர போலீஸ் துறை ஆடிப் போனது.

ரவிகாந்த் ஷர்மா ஒரு ஐ.பி.எஸ் அதிகாரி. ஹரியானவைச் சேர்ந்த அவர் சிறைத் துறையில் ஐ.ஜியாக பணியாற்றியவர். பிரதம மந்திரியின் பாதுகாப்புப் பணியில் சி.பி.ஐ அதிகாரியாகவும் பணியாற்றியவர். பிறகு மும்பையில் ஏர் இந்தியாவின் விஜிலென்ஸ் அதிகாரியாகப் பணியாற்றியவர்.

தகுந்த ஆதாரங்கள் இருந்ததால் ஷர்மாவை கைது செய்ய ஹரியானாவில் உள்ள அவர் இல்லத்திற்கு பாட்னா போலீசுடன் சென்றார்கள். பாட்னா போலீஸ் வேண்டுமென்றே கால தாமதம் செய்தது. அவர் வீட்டிற்கு போலீஸ்படை சென்ற போது ஷர்மா தலைமறைவானார். எங்கு தேடியும் அவரைக் கண்டுபிடிக்க முடியவில்லை. ஹரியானாவின் முதல்வர் ஷர்மாவை சரணடையச் சொல்லி அறிக்கை விடுத்தார்.

ஷர்மா வேலையிலிருந்து தற்காலிக பணி நீக்கம் செய்யப்பட்டார். அவரைத் தேடப்படும் குற்றவாளியாக டெல்லி போலீஸ் அறிவித்தது. அவரைப் பற்றி தகவல் தருபவர்களுக்கு ரூபாய் 50000 தரப்படும் என்று புகைப்படத்துடன் அறிவிப்பு வெளியிட்டது. ஆனால் ஷர்மா தலைமறைவாக இருந்தபடி பாட்னா கோர்ட்டிலும், டெல்லி கோர்ட்டுகளிலும் மூன்று முறை பெயில் கேட்டு விண்ணப்பித்தார். மூன்று முறையும் பெயில் மறுக்கப்பட்டது அதன் பிறகு ஷர்மா போலீசில் சரணடைந்தார். அவர் மீது சுமத்தப்பட்ட எல்லா குற்றங்களையும் மறுத்தார்.

போலீஸ் விசாரணையில் சரியாக ஒத்துழைப்பு கொடுக்க ஷர்மா மறுத்தார். உண்மை கண்டறியும் லை டிடெக்டர் சோதனைக்கு

மருத்துவக் காரணங்களை முன்வைத்து உட்பட மறுத்தார். என்ன தான் நடந்தது?

ஷிவானி தன் பத்திரிகை அலுவல் தொடர்பாக பிரதமர் இல்லம் சென்ற போது ஷிவானிக்கும் ஷர்மாவுக்கும் அறிமுகமானது. அந்த அறிமுகம் நட்பாக மாறியது. அடிக்கடி டெல்லியின் சில உணவு விடுதிகளில் சந்தித்துக் கொண்டார்கள் (குறிப்பிட்ட அந்த விடுதிகளுக்கு ஷிவானியை நானே டிராப் செய்திருக்கிறேன். உள்ளே அவள் யாரை சந்திக்கப் போனாள் என்பது எனக்குத் தெரியாது என்றார் ராகேஷ்)

ஷர்மா டெல்லி வரும்போதெல்லாம் எந்த ஹோட்டலில் தங்குவாரோ அங்கு ஷிவானி சென்று சந்தித்திருக்கிறார். (ஷர்மா டெல்லியில் ஹோட்டலில் தங்கிய அதே தேதிகளில் ஷிவானி அந்த ஹோட்டலுக்கு டாக்சி பிடித்துச் சென்ற ஆதாரங்கள் கோர்ட்டில் சமர்ப்பிக்கப்பட்டன)

ஷிவானியை மூன்று மாத ஜர்னலிசம் படிப்புக்காக பத்திரிகை நிறுவனமே லண்டன் அனுப்பி வைத்தது. திரும்பும் போது சில தினங்கள் தாமதித்து சொந்த செலவில் இந்தியா திரும்பினார். டிக்கெட் செலவுக்கு என்ன செய்தாய் என்று ஒரு தோழி கேட்ட போது, ஏர் இந்தியாவில் இருக்கும் நண்பர் டிக்கெட் வாங்கிக் கொடுத்தார் என்றார்.

ஷிவானி லண்டனில் இருந்த போது தன் போனிலிருந்து ஷர்மாவை 176 முறை அழைத்துப் பேசியிருக்கிறார். அதேப் போல அந்த மூன்று மாதங்களில் ஷர்மா தன் போனிலிருந்து ஷிவானியை 90 முறை அழைத்துப் பேசியிருக்கிறார். (இதற்கான ஆதாரங்கள் கோர்ட்டில் வழங்கப்பட்டன)

ஷிவானி தன் ஒரு அந்தரங்கமான தோழியிடமும், தன் தங்கை செவந்தியிடமும் தனக்கும் ஷர்மாவுக்கும் உள்ள நெருக்கமான தொடர்பைப் பற்றிச் சொன்னதோடு, இருவரும் அவரவர் துணைகளை விவாகரத்து செய்துவிட்டு திருமணம் செய்து கொள்வதாக இருக்கிறோம் என்றும் சொல்லியிருக்கிறார். பிறகு ஒரு நாள் இருவரிடமும் ஷர்மா தன்னைத் திருமணம் செய்து கொள்ள மறுப்பதால் எங்கள் உறவைப் பற்றி நான் சமூகத்திற்கும் அவர் மனைவிக்கும் தெரியப்படுத்தப் போகிறேன் என்றும் சொல்லியிருக்கிறார். (இருவரும் சாட்சி சொன்னார்கள்)

ஷிவானியின் அலுவலகத்தில் அவர் பயன்படுத்திய கம்ப்யூட்டரை இயக்குவதற்கான பாஸ்வர்ட் 'ரவிகாந்த்' என்பதாகும். (இதுவும் நிரூபிக்கப்பட்டது)

இதற்கிடையில் ஷர்மாவின் மனைவி தினமும் தொலைக் காட்சிகளில் தோன்றி தன் கணவர் குற்றமற்றவர் என்றும், ஒரு அரசியல்வாதியை இந்த வழக்கிலிருந்து காப்பாற்றுவதற்காகத் தன் கணவரை பலிகடா ஆக்கிவிட்டார்கள் என்றும் பேட்டி கொடுத்தார். அடுத்த நாள் அந்த அரசியல் வாதி பி.ஜே.பியின் முக்கிய தலைவரும் மத்திய அமைச்சருமான பிரமோத் மகாஜன் என்றார். அவருக்கும், ஷிவானிக்கும் நட்பு உண்டு. அவர்தான் கூலிப்படையை ஏவி கொலை செய்திருக்க வேண்டும் என்று கண்ணீருடன் குற்றம் சாட்டினார். இன்னொரு நாள் ஷிவானிக்குப் பிறந்த குழந்தைக்கு பிரமோத் மஹாஜன் தந்தை என்றும், அவர் மரபணு சோதனை செய்துகொள்ளத் தயாரா என்றும் கேள்வி கேட்டார்.

பிரமோத் மஹாஜன் தனக்கும் ஷிவானிக்கும் அலுவல் தொடர்பான அறிமுகம் தவிர வேறு தொடர்பு இல்லை என்றும், மரபணு சோதனைக்குத் தயாரென்றும் அறிவித்தார். எல்.கே. அத்வானி, முலாயம்சிங்யாதவ் உள்ளிட்ட பல அரசியல் தலைவர்கள் அவருக்கு ஆதரவாக அறிக்கை விட்டார்கள். இந்தக் கொலைக்கும் பிரமோத் மஹாஜனுக்கும் எந்தச் சம்பந்தமும் இல்லை என்று டெல்லி போலீஸ் அறிவித்தது. (பிறகு பிரமோத் மஹாஜன் குடும்ப சொத்துப் பிரச்சினை காரணமாக சொந்த சகோதரரால் கொலை செய்யப்பட்டார்)

கோர்ட்டில் பரபரப்பாக நடந்த விசாரணையின் போது மொத்தம் 209 சாட்சிகள் விசாரிக்கப்பட்டார்கள். அதில் 51 பேர் போலீசில் முதலில் சொன்ன வாக்குமூலத்திற்கு எதிராக மாற்றி சாட்சியமளித்தார்கள்.

2008ஆம் வருடம் ஷர்மாவும் மற்ற மூன்று பேரும் குற்றவாளிகள் என்று தீர்ப்பளித்து அனைவருக்கும் ஆயுள் தண்டனை விதிக்கப்பட்டது. எதிர்பார்த்ததைப் போலவே ஷர்மா உயர்நீதி மன்றத்தில் அப்பீல் செய்தார்.

இரண்டு நீதிபதிகள் கொண்ட பெஞ்ச் விசாரித்து 2011ஆம் வருடம் ஷர்மாவும் மற்ற இருவரும் குற்றவாளிகள் இல்லையென்றும், பிரதீப் ஷர்மா மட்டும் குற்றவாளி என்றும் தீர்ப்பளித்தது. 9 வருடங்கள் திகார் ஜெயிலில் இருந்த ஷர்மா விடுதலையாகி வெளியே வந்தார். உயர்நீதி மன்ற தீர்ப்பில் நீதிபதிகள், 'கீழ்க் கோர்ட்டில் பல ஆதாரங்கள் சரியில்லை, அடிப்படையான சந்தேகத்தை மட்டும் வைத்து தீர்ப்பு வழங்கப்பட்டிருக்கிறது' என்று தெரிவித்தார்கள்.

அரசு தரப்பு சுப்ரீம் கோர்ட்டில் அப்பீல் செய்யப் போவதாக தெரிவித்தாலும், இந்தத் தீர்ப்பு விமரிசனத்திற்கு ஆளானது. சுப்ரீம் கோர்ட் வக்கீல் அசோக் அரோரா பலவிதமான கேள்விகளை எழுப்பினார்.

வழக்கின் நடுவில் அரசுத் தரப்பின் வக்கீல்கள் மாற்றப்பட்டது ஏன்? நான்கு குற்றவாளிகளில் ஒருவருக்கு அளிக்கப்பட்ட தீர்ப்பை மட்டும் உறுதி செய்தது ஏன்? குற்றவாளியான பிரதீப் ஷர்மா கொலை செய்ய சரியான காரணம் இல்லை என்று குறிப்பிட்டுள்ளார்கள். பிறகு அவர் எப்படி குற்றவாளியாவார்? ஷர்மா குற்றம் செய்யாதவர் என்றால் எதற்காக தலைமறைவானார்? அவருக்கும் ஷிவானிக்கும் நெருக்கமான தொடர்பு இல்லையென்றால் லண்டனில் இருந்த போது இருவரும் அத்தனை அழைப்புகளில் ராக்கெட் விஞ்ஞானம் பற்றிப் பேசினார்களா?... இப்படி அவரும் மற்றும் பலரும் கேட்கும் கேள்விகள் தொடர்கின்றன. திடீரென்று ஒரு அபூர்வ சக்தி கிடைத்து கையில் தராசுடன் நிற்கும் நீதி தேவதை பேசத் துவங்கினால் பதில்கள் கிடைக்கலாம்.

* * *

முதலாளி ஆன விருந்தாளி!

1992இல் நடந்த அந்த வழக்கை அபூர்வத்திலும் அபூர்வமானதாக வழக்கறிஞர்கள் குறிப்பிடுகிறார்கள். அந்த வழக்கில் இந்தியாவில் முதல் முறையாக தடயவியல் நிபுணர்கள் பயன்படுத்தப்பட்டார்கள். முடி, இரத்தம், மரபணுச் சோதனைகளுடன் மண்டையோட்டின் நகலின் மீது புகைப்படத்தை கம்ப்யூட்டர் மூலம் மேல்பதிவு செய்து அடையாளம் காண்கிற முறை இப்படி பல விஷயங்கள் முதல் முறையாக அந்த வழக்கில் உபயோகப்படுத்தப்பட்டன. என்ன வழக்கு அது?

பெங்களூரில் வாழ்ந்த அழகான பெண் ஷகிரா. வயது 40. புகழ்பெற்ற மைசூர் திவான் மிர்ஸா இஸ்மாயிலின் பேத்தி. கணவர் அக்பர் ஐ.எஃப்.எஸ் படித்து ஆஸ்திரேலியாவில் தூதராக இருந்தவர். நான்கு பெண் குழந்தைகள், எக்கச்சக்கமான சொத்துக்கள். ஆண் வாரிசு இல்லையே என்கிற ஏக்கம் ஷகிராவுக்கு இருந்தது.

அப்போது கணவர் ஈரானில் இருந்தார். குழந்தைகள் வெளிநாடுகளிலும், ஷகிரா பெங்களூரிலுமாக பிரிந்து வாழ்ந்து வந்தார்கள். ஷகிரா வாழ்ந்தது ரிச்மண்ட் ரோட்டில் 16 கிரவுண்ட்டில் கட்டப்பட்ட அழகான பங்களாவில்.

ஒரு விழாவில் முரளி மனோகர் மிஷ்ரா என்கிற சுவாமி ஸ்ரத்தானந்தாவின் அறிமுகம் ஷகிராவுக்குக்

கிடைத்தது. நிலங்களில் உள்ள பத்திரச் சிக்கல்களைச் சரிசெய்வதில் சுவாமி நிபுணர் என்று சொன்னதால் தன் நிலங்களில் இருந்த சிக்கல்களைத் தீர்த்துத் தரச் சொன்னார். சுவாமி ஷகிராவின் கெஸ்ட் ஹவுசில் தங்கிக் கொண்டு சிக்கல்களைத் தீர்க்கத் துவங்கினார்.

சுவாமி தன்னிடம் அதிசய சக்திகள் இருப்பதாக தன் சாமர்த்தியமான பேச்சால் ஷகிராவை நம்ப வைத்தார். ஷகிராவுக்கு ஒரு ஆண் குழந்தை அவசியம் என்று வலியுறுத்தினார். ஷகிராவுக்கு சுவாமியின் நட்பும், பேச்சும் பிடித்துப் போனது. எந்த அளவிற்கு? தன் கணவரை விவாகரத்து செய்யும் அளவிற்கு. தன் பெற்றோர், மகள்களை எதிர்த்துக் கொண்டு சுவாமியைத் திருமணம் செய்யும் அளவிற்கு. அந்தத் திருமணம் முறைப்படி பதிவு செய்யப்பட்டது. விருந்தாளியாக வந்த சுவாமி முதலாளியானார்.

வங்கிக் கணக்குகள் இருவர் பெயரிலும் துவங்கப்பட்டன. லாக்கர்கள் இருவரும் பயன்படுத்தும்படி பெயர் மாற்றப்பட்டன. ஷகிராவின் சொத்துக்களை நிர்வாகம் செய்யவும், விற்கவுமான பவர் ஆஃப் அட்டார்னியாக சுவாமிக்கு அதிகாரம் அளிக்கப்பட்டது. கட்டடம் கட்டித் தரும் பெரிய நிறுவனமும் துவங்கப்பட்டது.

சுவாமியின் சில நடவடிக்கைகளால் ஷகிராவுக்கு சுவாமி மேல் வெறுப்பு வர ஆரம்பித்தது. சின்னச் சின்ன சண்டைகளும் வரத் துவங்கின. இந்தச் சூழ்நிலையில் திடீரென்று ஷகிராவைக் காணவில்லை. வேலைக்காரர்கள் கேட்ட போது வெளியூர் போயிருப்பதாகச் சுவாமி சொன்னார்.

ஷகிரா தன் மகள்களுடன் அடிக்கடி தொடர்பில் இருந்தார். அவரின் மகள்களில் ஒருவரான சபா போன் செய்த போது, ஷகிரா ஹைதராபாத் சென்றிருப்பதாக சுவாமி சொன்னார். சில நாட்கள் கழித்து கேட்ட போது, ஒரு வைர வியாபாரி வீட்டுத் திருமணத்திற்காக கட்ச் சென்றிருப்பதாகச் சொன்னார்.

மேலும் சில நாட்கள் கழித்து கேட்ட போது, வருமான வரி தொடர்பாக ஷகிராவுக்கு சில பிச்சனைகள் இருப்பதால் தலை மறைவாக இருப்பதாகவும், தொந்தரவு செய்ய வேண்டாமென்றும் சொன்னார். சபாவுக்கு லேசாக சந்தேகம் வந்தது. மீண்டும் கேட்ட போது, ஷகிரா கர்ப்பமாக இருப்பதாகவும், பிரசவத்திற்காக அமெரிக்கா போயிருப்பதாகவும் தெரிவித்தார். அமெரிக்காவில் ரூஸ்வல்ட மருத்துவமனை என்றார். சபா அந்த மருத்துவமனையைத் தொடர்பு கொண்டு விசாரித்தாள். அந்தத் தகவல் உண்மையில்லை என்று தெரிந்தது.

சபா சுவாமியிடம் கோபமாக விசாரிக்க, ஷகிரா லண்டனுக்குப் போயிருப்பதாகவும், இருக்குமிடத்தை ரகசியமாக வைத்துக் கொள்ள சொல்லியிருப்பதால் விலாசம் தர முடியாது என்றார். சந்தேகம் அதிகமாகவே வெளிநாட்டிலிருந்து புறப்பட்டு வந்துவிட்டாள் சபா. தன் அம்மாவின் அறையில் தேடியபோது அவரின் பாஸ்போர்ட் கிடைத்தது. அமெரிக்காவுக்கும் போகவில்லை, லண்டனுக்கும் போகவில்லை என்றது உறுதியானது. அதைக் காட்டி சுவாமியைக் கேட்க, தனக்கே தெரியாது என்று அப்போதும் நடித்தார்.

சபா போலீஸ் ஸ்டேஷன் சென்று தன் தாயைக் காணவில்லை என்று புகார் கொடுத்தார். அது 1992இல். போலீஸ் சுவாமியை விசாரித்தது. தனக்கும் ஷகிராவுக்கும் சில பிரச்சினைகள் இருந்ததாகவும், தான் வெளியூர் சென்று திரும்பிய போது வீட்டில் ஷகிரா இல்லையென்றும், பிறகு தனக்கு தகவல் இல்லை என்றும் சொன்னார்.

அடுத்த இரண்டு வருடங்கள் ஷகிராவைத் தேடும் முயற்சிகளில் போலீஸ் மிகமிக மெதுவாகச் செயல்பட்டது. இதற்கு நடுவில் சுவாமி தன்னிடம் உள்ள பவர் அதிகாரத்தை வைத்து ஷகிராவின் 36 சொத்துக்களை விற்று பணமாக்கினார். வங்கிக் கணக்குகளிலிருந்து பணம் முழுவதும் எடுத்தார். லாக்கர்களைக் காலி செய்தார். தங்கள் நிறுவனத்தின் எல்லா போர்டு மீட்டிங்குகளுக்கும் அதிகாரம் பெற்றவர் என்கிற உரிமையில் சுவாமி மட்டும் கலந்து கொண்டு முக்கிய முடிவுகளை எடுத்தார்.

ஷகிராவின் மகள் பொறுத்துப் பொறுத்துப் பார்த்து கோர்ட்டில் ஹேபியஸ் கார்ப்பஸ் என்கிற ஆட்கொணர்வு மனு போட்டார். இப்போது புகாரைச் சிறப்பு கிரைம் பிராஞ்ச் விசாரிக்கத் துவங்கியது. சுவாமி மேல் சந்தேகம் இருந்தாலும் அவரை கிடுக்கிப்பிடி போட்டு மடக்க எந்த ஆதாரமும் கிடைக்கவில்லை.

சுவாமி வீட்டில் தங்கி வேலை பார்த்து வந்த ஒரு வேலைக்காரனுடன் ஒரு கான்ஸ்டபிள் சிநேகமானார். அவனுக்கு மதுவை ஊற்றிக் கொடுத்து அவன் போதையில் இருந்த போது சாமர்த்தியமாக கேள்விகள் கேட்க... அவன் நடந்தவற்றையெல்லாம் உளறிக் கொட்டிவிட்டான்.

அடுத்த நாள் சுவாமி கைது செய்யப்பட்டு தீவிரமாக விசாரிக்கப்பட்டதும் வேறு வழியில்லாமல் 'ஷகிராவை நான் கொலை செய்து விட்டேன்' என்று ஒப்புக் கொண்டார் சுவாமி. எப்படிக் கொலை செய்தேன் என்று அவர் விசாரிக்க... அதிர்ந்து போனது காவல்துறை.

ஒரு சவப்பெட்டி ஆர்டர் செய்து அதை கெஸ்ட் ஹவுசில் யாருக்கும் தெரியாமல் மறைத்து வைத்துக் கொண்டார். ஷகிரா ஊரில் இல்லாத சமயம் பங்களாவின் பின் பகுதியில் ஆட்களை விட்டு கழிவு நீருக்காக என்று சொல்லி ஒரு குழி வெட்டச் சொன்னார். கடப்பா ஸ்லாப்களும் சிமெண்டும் வாங்கி வைத்துக் கொண்டார்.

ஷகிரா ஊரிலிருந்து வந்த இரவில் அவருக்குத் தெரியாமல் நிறைய தூக்க மாத்திரைகளைக் குடிக்க வைத்தார். ஷகிரா ஆழ்ந்த உறக்கத்தில் இருக்கும் போது சவப்பெட்டியை எடுத்து வந்து அதில் பெட்ஷீட்டுடன் சுற்றி ஷகிராவை உயிருடன் படுக்க வைத்தார். பெட்டியை மூடினார். குழிக்குள் தள்ளி, மணலைத் தள்ளினார். மேலே கடப்பா ஸ்லாபுகளை சிமெண்ட் வைத்துப் பதித்து அதன் இடைவெளிகளையும் பூசினார். இதையெல்லாம் வேலைக்காரனின் உதவியுடன் செய்தார். மறுநாள் முதல் 'காணவில்லை' நாடகத்தை ஆடத் துவங்கினார்.

கோர்ட் உத்தரவின் படி வீடியோ பதிவுடன் ஸ்லாபுகள் பெயர்க்கப்பட்டு சவப்பெட்டி வெளியே எடுக்கப்பட்டது. உள்ளே போர்வை சுற்றிய நைட்டி அணிந்த எலும்புக் கூடாக இருந்தாள் ஷகிரா. ஒரு எலும்பு போர்வையைப் பிடித்தபடி இருந்தது. பெட்டியின் உள்புறத்தில் கைகள் படும் தூரத்தில் நகக்கீறல்கள்! மூச்சுக்குத் தவித்துப் போராடிய மரண முத்திரைகள்.

தடயவியல் நிபுணர்களின் துணையுடன் அது ஷகிராவின் எலும்புக்கூடுதான் என்று நிரூபித்தார்கள். கொஞ்சம்கூட மனிதாபிமானமே இல்லாமல் நடந்த கொலை என்பதால் மரண தண்டனை விதித்து தீர்ப்பு வந்தது. சுவாமி அப்பீல் செய்தார். ஹை கோர்ட்டிலும் மரண தண்டனை உறுதி செய்யப்பட்டது. சுப்ரீம் கோர்ட்டில் அப்பீல் செய்தார். 69 வயதாவதாலும், இதய நோய் இருப்பதாலும் கருணைக்காட்டி மரண தண்டனையை ஆயுள் தண்டனையாக குறைக்கச் சொல்லி கோரினார். மரண தண்டனை ஆயுள் தண்டனையாக மாறியது. ஆனால் தண்டனையில் குறைப்பு என்பதே கூடாது. சுவாமி தன் கடைசி மூச்சு வரைக்கும் உண்மையான ஆயுள் தண்டனையை அனுபவிக்க வேண்டும் என்று தீர்ப்பளித்தார் நீதிபதி.

* * *

மரமே, நீ சாட்சி!

பல குற்ற வழக்குகளில் குற்றவாளியைக் கண்டுபிடிக்க காவல் துறை பல வருடங்கள் பல விதமாக போராடும். கடைசியில் ஒரு சின்ன தடயம் குற்றவாளியை நோக்கி விரல் நீட்டும்.

அதேப் போல தடயவியல்துறை வளர்ச்சி அடையாத அல்லது அப்படி ஒரு துறையே துவங்கப்படாத காலங்களில் நிகழ்ந்த பல குற்றங்கள் கடைசி வரை கண்டுபிடிக்கப்படாமல் அதன் கோப்புகளை பரணில் போட்டு விடுவார்கள். இப்படிப்பட்ட வழக்குகளை கோல்ட் கேசஸ் (Cold Cases) என்பார்கள்

அப்படிப்பட சில வழக்குகளைப் பற்றி பார்க்கலாம்.

லண்டனில் ஃப்ரெட் - சார்கலாட்டி கிராப் இருவரும் காதலித்து திருமணம் செய்து கொண்ட தம்பதி, முதலில் மணவாழ்க்கை மோகம் என்பதில் தான் மிதந்து கொண்டிருந்தது. போகப் போக சர்க்கரை போடாத காபியாக கசக்கத் துவங்கியது. அடிக்கடி வாக்குவாதம், சண்டை, பக்கத்து வீட்டுக்காரர்கள் தலையிட்டு சமாதானம் செய்ய வேண்டியிருந்தது.

விவகாரம் விவாகரத்து வரை சென்றது. பிரிந்த பிறகு இரண்டு பேருக்கும் மனசாட்சியின் உறுத்தல், 'காதலித்தோமே... அந்தக் காதலுக்கு என்ன அர்த்தம்?'

என்று தனித்தனியாக புழுங்கினார்கள். மீண்டும் சந்தித்தார்கள். மனம் விட்டுப் பேசினார்கள். விவாகரத்தை ரத்து செய்துவிட்டு மீண்டும் திருமணம் செய்து கொண்டார்கள். இது சிறுகதையாக இருந்தால் இத்துடன் சுபம்.

ஆனால் கதை முடியவில்லை. கொஞ்ச நாட்கள் போனதும் மீண்டும் அவர்களுக்குள் தகராறு. சென்ற முறை யார் விட்டுக் கொடுப்பது என்கிற ஈகோ பிரச்சினை. இந்த முறை... பிரச்சினைக்குக் காரணம் இன்னொரு பெண். விவாகரத்தாகி பிரிந்திருந்த போது ஃப்ரெட்டுக்கு முளைத்த ஒரு ரகசிய காதல் ரகசியமாக தொடர்வதை ஒரு மனைவி எப்படி அனுமதிப்பாள்?

ஒரு நல்ல காலை வேளையில் சார்கலாட்டி வீட்டை விட்டு வெளியேறினாள். அவள் வீட்டை விட்டுச் சென்றதை தன் உறவினர்களுக்கும் நண்பர்களுக்கும் பக்கத்து வீட்டுக்காரர்களுக்கும் சொல்லி அவளைச் சமாதானப்படுத்தச் சொன்னான் ஃபிரெட்.

ஆனால் யாராலும் அவளைத் தொடர்புகொள்ள முடியவில்லை. அவள் தான் இருக்குமிடத்தை யாரிடமும் சொல்லாமல் எங்கோ சென்று விட்டாள். புதிய காதலியுடனும் ஒன்ற முடியாமல், மனைவியையும் மறக்க முடியாமல் தினம் புழுக்கத்துடனேயே ஃப்ரெட் வாழ்ந்து வருகிறான் என்று இங்கேகூட கதையை முடிக்க வாய்ப்பிருக்கிறது.

ஆனால் உண்மை கதை இன்னும் முடியவில்லை. எங்கோ சென்றுவிட்டவளை ஒரே ஒரு தோழியான கார்லி ரோஸ்லின் விடாமல் தேடிக் கண்டுபிடிக்க முயன்றாள். ப்ஃரெட்டை சந்தித்து பல முறை விசாரித்தாள். அதெப்படி ஒரு சின்ன தகவல்கூட இல்லாமல் ஒரு பெண் தொலைந்து போக முடியும் என்று அவளுக்கு சந்தேகம் ஏற்பட்டது.

தோழி புதிய காதலியான விண்ட்லா மேரியை தனிமையில் சந்தித்தாள். எனக்கு ஃப்ரெட் மேல் சந்தேகமாக இருக்கிறது என்றாள். அவன்தான் அவளை ஏதாவது செய்திருக்க வேண்டும் என்று சொன்னாள். 'ஒரு வேளை உன் புதிய காதலுக்காக தன் காதல் மனைவியை அவன் கொலை செய்திருந்தால் நாளைக்கு இன்னொரு பெண்ணுக்காக உன்னையும் அவன் கொலை செய்ய மாட்டான் என்று என்ன நிச்சயம்?' என்று ரோஸ்லின் கேட்ட கேள்வி மேரியைச் சிந்திக்க வைத்தது. உயிர் பயத்தை விதைத்தது. இருவரும் உண்மையைக் கண்டுபிடிக்கத் தீர்மானித்தார்கள். ஒரு திட்டம் வகுத்தார்கள்.

மேரி ப்ஃரெட்டை ஒரு விடுமுறைக்கு ஒரு படகு வீட்டிற்கு அழைத்துச் சென்றாள். அவனுக்கு நிறைய மது ஊற்றிக் கொடுத்தாள். தன்னுடன் சரசமாட அனுமதித்தாள். அவன் இரண்டு விதமான மயக்கத்தில் இருந்த போது மெதுவாக ஆரம்பித்தாள்.

"நீ எனக்காக எது வேண்டுமானாலும் செய்வாயா?"

"நிச்சயமாக செய்வேன்"

"எனக்காக ஒரு கொலை கூட செய்வாயா?"

"ஏற்கனவே உனக்காக ஒரு கொலை செய்து விட்டேனே கண்ணே" என்று அவன் உளறி விட்டான்.

அவள் அதிர்ச்சியில் உறைந்து போனாள். தன் அதிர்ச்சியை சாமர்த்தியமாக மறைத்துக் கொண்டு அவன் செய்கைக்கு மகிழ்ந்தவள் போல காட்டிக் கொண்டு எப்படி கொலைக் செய்து பிணத்தை எப்படி அப்புறப்படுத்தினான் என்று விசாரித்தாள்.

ஊருக்கு வெளியே இருந்த ஒரு காட்டுப் பகுதிக்கு பிக்னிக் அழைத்துச் சென்றதாகவும்... தனிமையான ஒரு இடத்தில் அவள் கழுத்தை நெறித்துக் கொன்றதாகவும் பிறகு தயராக வாங்கிச் சென்றிருந்த பத்து லிட்டர் பெட்ரோலை பிணத்தின் மீது ஊற்றி எரித்ததாகவும்... பொறுமையாகக் காத்திருந்து ஒரு சின்ன துண்டு எலும்பைக் கூட விட்டு வைக்காமல் பொறுக்கி எடுத்து கரை புரண்டு ஓடும் ஒரு ஆற்றில் அவற்றை வீசி விட்டதாகவும்... காரை சுத்தமாகக் கழுவிவிட்டு மனைவி கோவித்துக் கொண்டு சென்று விட்டாள் என்று எல்லோரிடமும் சொல்ல ஆரம்பித்ததாகவும் நம்பிக்கையுடன் எல்லாம் சொன்னான் ப்ஃரெட்.

மேரியும், ரோஸ்லினும் ரகசியமாக காவல் துறைக்குச் சென்று ஒரு அதிகாரியை அணுகி எல்லாவற்றையும் சொன்னார்கள். அவனே ஒப்புக் கொண்டிருந்தாலும் ஆதாரம் தேவைப்பட்டது. கொலை நடந்த காட்டுப் பகுதிக்குச் சென்று தேடினார்கள். கொலை நடந்த வருடம் 1981. உண்மை வெளிப்பட்ட வருடம் 1990 ஒன்பது ஆண்டுகள் ஆனதால் எந்தத் தடயமும் கிடைக்கவில்லை. அதேப் போல எலும்புத் துண்டுகள் வீசப்பட்ட ஆற்றிலும் ஒரு படை சில நாட்கள் தேடியது. எதுவும் கிடைக்கவில்லை.

கைது செய்து அதிரடியாக விசாரிக்க முடிவு செய்து அவனைக் கைது செய்தார்கள். அவனோ முற்றிலும் மறுத்தான். தான் மேரியிடம் அப்படி எதுவும் சொல்லவேயில்லை என்று சாதித்தான்.

தற்போது அவளுக்கும் எனக்கும் சில பிரச்சினைகள்... அதனால் என்னைப் பழி வாங்குவதற்காக இப்படிப் பொய் சொல்கிறாள் என்றான்.

அவன் சொல்வதுதான் பொய் என்பது புரிந்தாலும் அதை நிரூபிக்க முடியாமல் தவித்தார்கள். அந்தக் காவல் அதிகாரி கொலை நடந்த காட்டுப் பகுதியில் மீண்டும் மீண்டும் சுற்றி வந்தார் ஒரு விஷயம் அவரை ஈர்த்தது.

கொலை நடந்த இடத்திற்கு அருகில் இருந்த ஒரு மரம் மட்டும் வளர்ச்சி குறைவாக இருப்பதைப் பார்த்தார். தடயவியல் துறை, விவசாய விஞ்ஞானிகளுடன் களமிறங்கியது. மற்ற மரங்களையும், வளர்ச்சி குன்றின மரத்தையும் சோதனை செய்தார்கள். பெட்ரோலிய புகை படிந்ததால் குறிப்பிட்ட அந்த ஒரு மரம் மட்டும் வளர்ச்சியில் பாதிக்கப்பட்டது என்று ஆராய்ச்சியின் முடிவு சொன்னது.

இந்த ஆராய்ச்சி முடிவு மற்றும் மேரியின் வாக்குமூலம் இவற்றின் அடிப்படையில் கொலை செய்யப்பட்டவரின் உடல் இல்லாமலேயே சந்தர்ப்ப சாட்சியங்களின் அடிப்படையில் ஃப்ரெட் கொலைகாரர் என்று கோர்ட் தீர்மானித்து 75 வருடங்கள் சிறைத் தண்டனை அளித்தது.

இதனால் ஃப்ரெட் ஒரு பாடம் கற்றுக் கொண்டிருப்பான். இனிமேல் கொலை செய்தால் பிணத்தை எரிக்கும் போது மரங்கள் இல்லாத பகுதியில் வைத்து எரிக்க வேண்டும்! ஆனால்... நவீன தடயவியல் துறையின் முன்னேற்றத்தில் எதையும் கண்டுபிடிக்க முடியும் என்பதே உண்மை!

* * *

மனித மிருகங்கள்... ஜாக்கிரதை!

குற்றங்கள் பல வகை. பணத்திற்காக, புகழுக்காக, பதவிக்காக, கௌரவத்திற்காக, பகைக்காக ஏன் பொழுதுபோக்குக்காகக்கூட குற்றங்கள் உலகெங்கிலும் நிகழ்ந்து வருகின்றன. இதில் எதுவும் சேராத இன்னொரு வகை இருக்கிறது. அது... மனநலம் பாதித்தவர்கள் செய்யும் குற்றங்கள்!

தம் வாழ்வில் ஏற்பட்ட ஏதோ ஒரு பாதிப்பின் காரணமாக அழிச்சாட்டியமான சில கொள்கைகளை அவர்களே வகுத்துக்கொண்டு சட்டம், சம்பிரதாயம் எதற்கும் கட்டுப்படாமல் பயங்கரமான குற்றச் செயல்களைச் செய்யும் இவர்கள் இந்தச் சமுதாயத்திற்கு ஆபத்தை விளைவிக்கக் கூடியவர்கள்.

இதிலும் இரண்டு வகைகள் உண்டு. சைகோ என்று வகைப்படுத்தப்படும் மனநலம் பாதிக்கப்பட்ட இவர்களில் வெளிப்படையாக தெரிபவர்கள் ஒரு வகை. அப்படி வெளிப்படையாகத் தெரியாதவர்கள் மற்றொரு வகை.

குடும்பத்திலும் சரி... அவர்களோடு பழகுபவர் களுக்கும் சரி... அவர்கள் சைகோ குற்றவாளிகள் என்பது சிறிதளவும் தெரியாது. தமிழ் சினிமாவில் மூடுபனி, நூறாவது நாள், சிவப்பு ரோஜாக்கள் படங்களின் கதாநாயகர்கள் இந்த வகையைச் சேர்ந்தவர்கள்.

அப்படி ஒரு சைகோ குற்றவாளிதான் டட்ரோக்ஸ்! நாடு பெல்ஜியம். நகரம் அதன் தலைநகரமான

ப்ரூஸல்ஸ். வெளி உலகத்திற்குத் தெரியாமல் அவன் செய்துவந்த குற்ற லீலைகள் வெளிப்பட்டபோது நாடே அதிர்ந்தது.

சில நடைமுறை காரணங்களால் டட்ரோக்ஸ் மீதான வழக்கு எட்டு ஆண்டுகளுக்கு நத்தை வேகத்தில் ஊர்ந்தபோது, ஆத்திரம் அடைந்த பொதுமக்கள் காவல்துறையின் மெத்தனத்தைக் கண்டித்து ப்ரூஸல்ஸ் நகரத்தில் ஊர்வலமாகச் சென்று ஆர்ப்பாட்டம் நடத்தி தங்கள் எதிர்ப்பைக் காட்டினார்கள். எத்தனை பேர் தெரியுமா? மூன்று லட்சத்து ஐம்பதாயிரம் பேர்! டட்ரோக்ஸ் அப்படி என்ன செய்தான்?

1996ஆம் வருடம். மார்ச் 28. அந்த அழகான பள்ளிக்கு வெளியில் ஒரு மரத்தடியில் தன் காரை நிறுத்திக் காத்திருந்தான் டட்ரோக்ஸ். அவன் எதிர்பார்த்துக் கொண்டிருந்த மாணவி சபீன் பள்ளி முடிந்து நடந்து வந்தாள். சபீன் அழகான கண்களையும், சுருட்டை முடியையும் கொண்ட பனிரெண்டு வயதே நிரம்பிய சிறுமி. சபீனை நெருங்கிய டட்ரோக்ஸ் அவளைத் தடுத்து நிறுத்தினான்.

"உன் பெயர்தானே சபீன்?"

"ஆமாம்." என்றாள் ஆச்சரியமாக...

"உன் தந்தை ஒரு போலீஸ் அதிகாரிதானே?"

"ஆமாம். யார் நீங்கள்?" என்றாள் அப்பாவியாக.

"நானும் ஒரு போலீஸ் அதிகாரிதான். ஆனால் ரகசிய போலீஸ். உன் தந்தைதான் என்னை அழைத்து ஒரு வேலை கொடுத்திருக்கிறார்."

"என்ன வேலை?"

"உன்னைப் பாதுகாக்கும் வேலை. அதாவது ஒரு கடத்தல் கும்பல் உன்னைக் கடத்தி கொலை செய்யப் போவதாகவும் அப்படிச்செய்யாமலிருக்க ஒரு குறிப்பிட்ட தொகை பணம் தரவேண்டும் என்றும் உன் தந்தையிடம் கேட்டிருக்கிறார்கள்."

"அய்யய்யோ!" மிரண்டாள் அந்தச் சின்னப் பெண்.

"பயப்படாதே. அப்படி எதுவும் நடக்க விடாமல் தடுக்கத்தான் என்னை அனுப்பியிருக்கிறார். அந்தக் கடத்தல் கும்பலைப் பிடிக்கும்வரை உன்னைப் பத்திரமாக ஒரு பாதுகாப்பான இடத்தில் வைத்திருக்கச் சொல்லியிருக்கிறார். போகலாமா?"

தயங்கித் தயங்கி அவனுடன் காரில் ஏறினாள் சபீன்.

கார் நகர எல்லையைக் கடந்து நடமாட்டமே இல்லாத இடத்தில் தனிமையாக இருந்த ஒரு பழைய வீட்டிற்கு முன்பாகச் சென்று நின்றது. அந்த இடமே பயத்தை ஏற்படுத்தும் விதத்தில் இருந்தது.

அந்த வீட்டிற்குப் பின்புறத்தில் பூமிக்கு அடியில் கான்க்ரீட்டால் கட்டப்பட்ட ஒரு பதுங்கு குழி இருந்தது. படிகள் வழியாக அங்கே அழைத்துச் சென்றான். அங்கே ஒரு ஓரத்தில் டாய்லெட் வசதி இருந்தது.

"கொஞ்ச நாளைக்கு நீ இங்கேதான் தங்க வேண்டும்."

"எங்கப்பா, அம்மாவிடம் முதலில் போன் பேச வேண்டும்."

"நோ! அந்தக் கடத்தல்காரர்கள் உன் வீட்டு போனை ஒட்டுக் கேட்கிறார்கள். நீ போன் பேசினால் நீயிருக்குமிடம் தெரிந்து இங்கே வந்து தூக்கிச் சென்று விடுவார்கள்"

"சரி சரி... லெட்டர்?"

"லெட்டர் எழுதி என்னிடம் கொடுத்தால் சேர்த்து விடுகிறேன்."

அந்த சைகோ சொன்ன அழகான திரைக்கதையை அப்படியே நம்பிய சபீன் அந்தச் சின்ன பதுங்கு குழி அறையிலேயே வாழத் துவங்கினாள். அவள் தன் குடும்பத்திற்கும், தோழிகளுக்கும் எழுதிக் கொடுத்த கடிதங்களை அவன் ரகசியமாக கிழித்து எரிந்தான்.

சபீனுக்கு உணவுடன் சேர்த்து மயக்க மருந்தைக் கலந்து கொடுத்து அவளைக் கற்பழித்தான் அந்தக் கொடூரன். தனக்கு நடக்கும் கொடுமைகள் சரியாக புரியாத அந்த இளம் மொட்டை இப்படி பொய்களாகச் சொல்லிச் சொல்லி மயக்கப்படுத்தி அடிக்கடி கற்பழித்துக் கொண்டிருந்தான். எத்தனை நாட்கள்? 70 நாட்களுக்கும் மேல்.

சபீன் அழத் துவங்கினாள். ஏதோ தப்பு நடப்பது புரிந்தது. பயம் அவளை ஆக்கிரமித்தது. தனக்கு போரடிப்பதாகவும், யாராவது ஒரு பள்ளித் தோழியையாவது பார்க்க வேண்டும் என்றாள்.

அடுத்த நாளே அவள் பள்ளித்தோழி லட்டீடா அந்தப் பதுங்கு குழியில் இருந்தாள். அவளிடம் வேறு வகையான பொய்கள் சொல்லி கடத்தி வந்து விட்டான். நீங்கள் இருவரும் என் பாதுகாப்பில்தான் இருந்தாக வேண்டும் என்று பகிரங்கமாக மிரட்டியதோடு அந்தத் தோழியையும் பலவந்தமாகக் கற்பழித்தான்.

லட்டூடாவைக் கடத்தியபோது அவன் பயன்படுத்திய காரின் எண்ணை ஒருவன் பார்த்திருந்தான். லட்டூடாவின் பெற்றோர் போலீசிடம் புகார் செய்து, போலீஸ் பள்ளியிலும், பல இடங்களிலும் விசாரித்தபோது, கார் எண்ணைப் பார்த்தவன் சொல்லி விட்டான். அடுத்த சில மணி நேரத்தில் டட்ரோக்ஸின் வீட்டின் வாசலுக்கு வந்து நின்றன போலீஸ் வாகனங்களும் மீடியா வாகனங்களும்.

அவனைக் கைது செய்து விசாரிக்க விசாரிக்க பல அதிர்ச்சியான தகவல்கள் வந்தன. ஏற்கெனவே இதேப்போல நான்கு இளம் பெண்களைக் கடத்தி வந்திருக்கிறான். அவர்களில் இருவர் பதுங்குக் குழியல் இருந்தபோது டட்ரோக்ஸ் ஒரு கார் திருட்டு வழக்கில் போலீசிடம் சிக்கினான். அந்த வழக்கிலிருந்து விடுபட்டு அவன் வந்து பார்த்தபோது, அந்த இரண்டு பெண்களும் பட்டினி காரணமாக இறந்து உடல்களாகக் கிடந்தனர். அந்த உடல்களை தன் தோட்டத்திலேயே புதைத்திருக்கிறான். இன்னும் இரண்டு பெண்களைக் கடத்தி வந்து ஆசை தீர அனுபவித்துவிட்டு உயிரோடு புதைத்திருக்கிறான்.

கோர்ட்டில் அவன் கொஞ்சம்கூட குற்ற உணர்ச்சியே இல்லாமல் நாடு முழுவதும் சிறுமிகளை அனுபவிக்கும் வக்கிரமான ரசனையுடன் ஒரு அமைப்பே இயங்கிக்கொண்டிருப்பதாகவும், அதில் தான் ஒரு உறுப்பினர் என்றும், அந்த அமைப்பில் பல பெரிய மனிதர்கள் இருக்கிறார்கள் என்றும் பகிரங்கமாக சொன்னான். விசாரித்துப் பார்த்த காவல்துறை அவன் பொய் சொல்வதாகவும், அப்படி எந்த அமைப்பும் இல்லை என்றும் சொன்னார்கள். கோர்ட் அவனுக்கு மரண தண்டனை கொடுத்தது.

2006இல் சபீன் தன் தந்தையின் விருப்பப்படி அவரைப் போலவே ஒரு போலீஸ் அதிகாரியானாள். தன் பதுங்கு குழி அனுபவங்களை ஒரு புத்தகமாக எழுதினாள். அந்தப் புத்தகத்தின் தாய் மொழித் தலைப்பு: I was twelve years old, I took my bike and I left for school. ஆங்கிலத் தலைப்பு: I choose to live!

அந்தப் புத்தகம் இதுவரை 22 மொழிகளில் மொழிபெயர்க்கப்பட்டுள்ளது. வெளி வந்த வருடத்தில் ஐரோப்பாவில் மிக அதிக எண்ணிக்கையில் விற்கும் பெஸ்ட் செல்லர் வரிசையில் இடம் பிடித்தது.

* * *

தீவிரமிருந்தால் முடியும்!

தனியார் துப்பறியும் நிறுவனம் என்பது முன்பு ஆங்கில திரைப்படங்களில் மட்டும் இருந்தது. இப்போது இந்தியாவில் அநேகமாக அத்தனை பெரிய நகரங்களிலும் நிறைய துப்பறியும் நிறுவனங்கள் இயங்கிக் கொண்டிருக்கின்றன.

தமிழில் எழுதப்பட்ட, எழுதப்படுகிற துப்பறியும் நாவல்களில் கற்பனையாக உருவாக்கப்பட்ட பல கதாப்பாத்திரங்கள் மக்கள் மனதில் நீங்காத இடம் பெற்றிருக்கிறார்கள்.

அதேப்போல சர்வதேச அளவில் புகழ்பெற்ற துப்பறிவாளன் இயன் ஃபிளெமிங் படைத்த ஜேம்ஸ்பாண்ட. துறுதுறுவென்று ஆராய்ச்சி மனப்பான்மையுடன் யாராவது செயல்பட்டால் 'இவரு பெரிய ஜேம்ஸ்பாண்ட்டு...' என்று கிண்டல் செய்யும் அளவிற்கு புகழ்பெற்ற ஜேம்ஸ்பாண்ட்டை வைத்து ஏராளமான திரைப்படங்கள் எடுக்கப்பட்டது அனைவருக்கும் தெரியும்.

இங்கிலாந்தில் கிழக்கு லண்டனில் கிறிஸ்டியன் போத்தா என்கிற நிஜ ஜேம்ஸ்பாண்ட் ஒரு வெற்றிகரமான துப்பறியும் நிறுவனம் நடத்தி வருகிறார். அவர் துப்பறிந்த வழக்குகளைப் பற்றி 'The shallow grave' என்னும் புத்தகத்தில் விரிவாக எழுதியிருக்கிறார். அதிலிருந்து ஒரு வழக்கைப் பார்க்கலாம்.

2004ஆம் வருடம். பிரிக்ஸ்டன் நகரத்தில் வசித்த அலெக் ஸ்டீன்கெம்ப் தனக்கு வர வேண்டிய பெரிய கடன் தொகையை வசூலிப்பதற்காக கென்னத் டவுனி என்னும் நண்பரைப் பார்க்க காரில் சென்றார். அதன் பிறகு அவர் வீடு திரும்பவில்லை. மறுநாள் வரை அங்குமிங்கும் தேடிப் பார்த்த அவரின் மகள் சமந்தா காவல்துறையிடம் சென்றார்.

காவல்துறை அதிகாரிகள் ஸ்டீன்கெம்ப் கடைசியாகச் சந்தித்த கென்னத் டவுனி வீட்டிற்கு வந்து விசாரித்தார்கள். தன் வீட்டிற்கு வந்த ஸ்டீன்கெம்ப் பணத்தை வாங்கிக்கொண்டு உடனே புறப்பட்டு விட்டதாகவும், ஜூஸ் குடிக்கிறீர்களா என்று கேட்டதற்கு, அவசரமான ஒரு புதிய வேலை திடீரென்று வந்து விட்டதால் நேரமில்லை என்று சொல்லிப் புறப்பட்டதாகவும் சொன்னார். அவருக்கு கடனைத் திருப்பித் தருவதற்காக வங்கியில் பணம் எடுத்து வைத்திருந்த விவரத்தையும் காட்டினார்.

அவருக்கு திடீரென்று வந்த அவசர வேலை என்ன? அவசர வேலை என்றால் அது அலைபேசி மூலமாகத்தான் தெரிவிக்கப் பட்டிருக்க வேண்டும். ஸ்டீன்கெம்ப்பின் குடும்பத்தினர் யாரும் அவரை அலைபேசியில் அழைக்கவில்லை என்றார்கள். அவரின் அலைபேசி எண்ணை வைத்துக் கொண்டு அதற்கு வந்த அழைப்புகளின் விவரங்களை சேகரித்ததில்... ஒரு தகவல் கிடைத்தது.

கென்னத் டவுனி வீட்டிற்கு அவர் செல்வதற்கு அரை மணி நேரம் முன்பாக ஒரு புதிய எண்ணிலிருந்து அவருக்கு அழைப்பு வந்திருந்தது. அந்த எண் யாருடையது என்று பார்த்தால்... அது ஒரு பொது தொலைபேசியின் எண். ஆகவே அதற்கு மேல் அழைத்த நபரைப் பற்றித் தெரிந்துகொள்ள முடியவில்லை.

ஆனால் அந்த நபர்தான் ஸ்டீன்கெம்ப்பின் மர்மமான தலைமறைவிற்கான காரணம் என்று மட்டும் புரிந்தது. அந்த நபர் போனில் ஏதோ ஒரு பொய்யான அதிர்ச்சி தரும் தகவலைச் சொல்லி ஒரு குறிப்பிட்ட இடத்திற்கு வரச் சொல்லியிருக்க வேண்டும். அங்கே இவர் சென்றதும் இவரைக் கடத்தியிருக்க வேண்டும். இப்படி யூகித்த காவல் அதிகாரிகள் பணயத் தொகை கேட்டு அவனிடமிருந்து தகவல் வரும் என்று எதிர்பார்த்தார்கள்.

ஸ்டீன்கெம்ப்பின் வீட்டில் இருந்த தொலைபேசிக்கு வரும் அழைப்புகளை ஒட்டுக் கேட்பதற்கான ஏற்பாடுகளைச்

செய்தார்கள். இரண்டு, மூன்று நாட்கள் கடந்தும் அப்படி எந்த அழைப்போ, மிரட்டல் கடிதமோ வரவில்லை.

மூன்றாவது நாள் ஊருக்கு வெளியில் இருந்த ஒரு உணவு விடுதியின் பார்க்கிங் பகுதியில் ஒரு கார் அதன் உரிமையாளரால் எடுத்துச் செல்லப்படாமல் காலையிலிருந்து நிற்பதாக ஹோட்டல் நிர்வாகம் காவல்துறைக்கு தகவல் தந்தது. சென்று அந்தக் காரை கைப்பற்றினால் அது ஸ்டீன்கெம்ப்பின் கார். மாற்றுச் சாவி போட்டுத் திறந்து பார்த்தால்... அவர் அன்றைய தினம் தன்னுடன் எடுத்துச் சென்றிருந்த சிறிய பிரீஃப்பேசும், அலைபேசியும் இருந்தன. பெட்டியில் கென்னத் டவுனியிடம் வசூலித்த பணம் இல்லை.

போனில் அழைத்த நபருக்கு ஸ்டீன்கெம்ப் பெரிய தொகையை வசூல் செய்து திரும்பப் போகிற தகவல் தெரிந்திருக்க வேண்டும். அதனால் திட்டமிட்டு வரவழைத்து பணத்தைப் பறித்துக்கொண்டு அவரைக் கொலை செய்திருக்க வேண்டும், போலீஸ் தலையிட்டதை அறிந்ததால் அவரின் உடைமைகளை இப்படி போட்டுவிட்டுப் போயிருக்க வேண்டும் என்று கருதினார்கள்.

அந்தக் காரில் கைரேகைகளை எடுத்தார்கள். அந்த உணவு விடுதியில் பலரை விசாரித்தார்கள். நகரத்தில் நிகழ்ந்த கொலைகளை ஆராய்ந்தார்கள். அடையாளம் தெரியாமல் கைப்பற்றப்பட்ட பிணங்களை அடையாளம் காட்டச் சொல்லி குடும்பத்தினர் அலைக்கழிக்கப்பட்டார்கள்.

நாட்கள் வாரங்களாகின. வாரங்கள் மாதங்களாகின. மாதங்கள் வருடங்களாகின. ஸ்டீன்கெம்ப் பற்றி எந்த ஒரு தகவலுமில்லை. அவர் எங்கோ உயிருடன் இருப்பதாக நினைத்து நம்பிக்கையுடன் வாழ்வதா, இல்லை இறந்து விட்டார் என்று துக்கப்படுவதா என்று புரியாமல் அந்தக் குடும்பம் மன உளைச்சலில் தத்தளித்தது.

அவரின் மகள் சமந்தா நம் ஜேம்ஸ்பாண்ட் கிறிஸ்டியன் போத்தாவிடம் வந்தார். அவர் இதில் தீவிரமாக இறங்கினார். எட்டு வருடங்களாக விடை தெரியாத இந்த வழக்கின் கேள்விகளுக்கு இரண்டே நாட்களில் விடை கண்டுபிடித்தார். குற்றவாளி பிடிபட்டான். கோர்ட்டில் நிறுத்தப்பட்டு தண்டனை கொடுக்கப்பட்டான். காவல் துறை அவரைப் பாராட்டியது.

எப்படிக் கண்டுபிடித்தார்? ஸ்டீன்கெம்ப்பிற்கு என்னதான் நடந்தது?

முதலில் காவல்துறையிடமிருந்து அவர்களின் விசாரணை அறிக்கைகளைக் கேட்டுப்பெற்று அவற்றை நிதானமாகப் படித்தார். கடைசியாக ஸ்டீவன்கெம்ப்பைச் சந்தித்த கென்னத் டவுனியிடம் இன்னும் சில கேள்விகளைக் கேட்டிருக்க வேண்டும் என்று அவருக்குப்பட்டது.

அவரின் வீட்டிற்குச் சென்றார். வீடு பூட்டியிருந்தது. பக்கத்து வீட்டில் விசாரிக்க, முதலில் குடியிருந்த கென்னத் டவுனி காலி செய்துவிட்டுப் போனபிறகு வேறு எவரும் குடிவரவில்லை என்றும், சாவி தங்களிடம் இருப்பதாகவும் தெரிவித்தார்கள். வீட்டைச் சோதனை செய்யவும் அனுமதித்தார்கள்.

அந்தத் தூசியடைந்த வீட்டில் எட்டு வருடங்களுக்குப் பிறகு தடயம் கிடைக்கும் என்கிற சந்தேகத்துடன், ஆனால் எந்தக் குற்றத்திலும் குற்றவாளி தன்னையறியாமல் மிச்சம் வைக்கும் ஒரே ஒரு தடயமாவது கிடைத்தேத் தீரும் என்கிற நம்பிக்கையுடன் நுழைந்தார். காலி செய்யப்பட்ட வீடு என்பதால் எந்தப் பொருளும் கிடைக்கவில்லை. பல மணி நேரம் நுணுக்கமாக பார்த்தபடி சுற்றிச் சுற்றி வந்தார்.

ஹாலில் போடப்பட்டிருந்த கார்ப்பெட்டின் ஒரு ஓரம் சிறிதளவு கத்தரிக்கப்பட்டிருப்பதைப் பார்த்தார். முதல் சந்தேகம் விழுந்தது. ஒரு கார்ப்பெட் கிழிந்திருக்கலாம். நைந்து போயிருக்கலாம். சுருண்டிருக்கலாம். ஒரு பகுதி மட்டும் ஏன் கத்தரிக்கப்பட்டிருக்க வேண்டும்? அடுத்து வீட்டின் வெளிப்புறம் சுற்றி வந்தார். தோட்டத்தில் சில ஸ்லாப்கள் கொஞ்சம் தரையிறங்கியிருப்பதைக் கவனித்தார்.

காவல்துறைக்குத் தகவல் தெரிவித்தார். தடயவியல் நிபுணர்களுடன் காவல்துறை வந்து சேர்ந்தது. அந்த சிமெண்ட் ஸ்லாபுகளைப் பெயர்த்துப் பார்த்தபோது, பூமிக்கு அடியில் எட்டு வருடங்களுக்கு முன்பு கொலை செய்யப்பட்ட ஸ்டீவன்கெம்ப் எலும்பு மிச்சங்கள் கிடைத்தன.

வேறு அடையாளத்தில் வேறு பெயரில் தலைமறைவாக இருந்த கென்னத் டவுனியை அடுத்த சில நாட்களிலேயே வளைத்துப் பிடித்தார்கள். விசாரித்தபோது... தனக்கு அந்தக் கடன் தொகையைத் திருப்பித் தர விருப்பமில்லை என்றும் அதற்காக ஸ்டீவன்கெம்ப் வந்ததும் கழுத்தை நெரித்துக் கொலை செய்ததாகவும், தன்மேல் சந்தேகம் வரக்கூடாதென்பதற்காக

அரை மணி முன்னதாக பொது தொலைபேசிக்குச் சென்று ஸ்டீன்கெம்ப்பை அழைத்து குரல் மாற்றி ஒரு அவசர சந்திப்பிற்காக அழைத்ததாகவும், போலீஸ் நம்ப வேண்டும் என்பதற்காக வங்கியிலிருந்து பணத்தை எடுத்து வீட்டில் வைத்துக் கொண்டதாகவும் தெரிவித்தான். கோர்ட்டு விசாரணையின் முடிவில் குற்றவாளிக்கு ஆயுள் தண்டனை கிடைத்தது.

கிறிஸ்டியன் போத்தா போன்ற நிஜ ஜேம்ஸ்பாண்டுகள் எல்லா நகரங்களிலும் பல குற்றங்களைக் கண்டுபிடித்து காவல்துறைக்கு உதவிக் கொண்டிருக்கிறார்கள்.

* * *

சாத்தானின் திடீர் வருகை!

உலகிலேயே மிகவும் புத்திசாலித்தனமானதும் அதே சமயம் புதிரானதுமான ஒரே விஷயம் மனித மனம்தான். வியக்கச் செய்யும் அதே நேரத்தில் விசித்திரமாகவும் உள்ளது மனித மனம். அடுக்குக்குள் அடுக்காக ஒரு மரத்தின் கிளைகள் போல விரிந்துகொண்டே செல்லும் மனித மனம் பற்றி இன்னும் இன்னும் ஆராய்ச்சிகள் தொடர்ந்து கொண்டேயிருக்கின்றன.

மனித மனம் பற்றிப் பேச வேண்டியதன் காரணம் இந்த வழக்கைப் பற்றிப் புரிந்துகொள்ளும்போது விளங்கும்.

2008ம் வருடம். அமெரிக்காவில் ஒகலஹோமா நகரத்திற்கு அருகில் ஒரு சின்ன ஊர். அங்கே ஸ்கைலா, டெய்லர் பிளாக்கர் என்று இரண்டு சிறுமிகள். வயது 12 மற்றும் 13. இருவரும் இணை பிரியாத தோழிகள். அந்த ஊரில் ஓடும் சிறிய ஆற்றின் கரையோரம் கூழாங்கற்கள் பொறுக்குவதற்காகச் சென்றார்கள். வெகு நேரமாகியும் வீடு திரும்பவில்லை.

பெற்றோர் கவலைப்பட்டு அவர்களைத் தேடினார்கள். காணவில்லை. காவல்துறைக்குச் சென்றார்கள். அவர்கள் கூழாங்கற்கள் பொறுக்கச் சென்ற ஆற்றிலும் ஆழம் அதிகமில்லை, வெள்ளம் எதுவும் வரவுமில்லை, இருவருக்குமே நீச்சல்

தெரியும், அதனால் ஆற்றோடு சென்றிருக்க வாய்ப்பில்லை என்று முடிவுக்கு வந்தார்கள்.

இரண்டு குடும்பத்தினரும் அப்படியொன்றும் பணக்காரர்கள் இல்லை. ஆகவே கடத்தி வைத்து பணம் கேட்டு மிரட்டுவதற்கான நோக்கத்தில் எதுவும் நடந்திருக்க வாய்ப்பில்லை என்றும் முடிவுக்கு வந்தார்கள். நகரமெங்கும் பல வழிகளில் தேடிப்பார்த்து சோர்ந்தார்கள்.

இரண்டு தினங்கள் கழித்து ஒரு சாலையோரப் புதருக்குள் இரண்டு சிறுமிகளின் பிணங்கள் கிடப்பதாக தகவல் வந்து சென்று பார்த்தால்... இவர்கள்தான். இரண்டு பேரும் பலமுறை சுடப்பட்டிருந்தார்கள். அந்தப் பிரதேசத்தில் துப்பாக்கி தோட்டாக்களின் உலோக உறைகள் கண்டெடுக்கப்பட்டன.

மருத்துவ சோதனை செய்யப்பட்டதில் இரண்டு சிறுமிகளுக்கும் பாலியல் வன்முறை நிகழவில்லை என்பது தெரிந்தது. ஸ்கைலாவின் உடலில் எட்டு முறை சுடப்பட்டதன் காயங்களும், டெய்லரின் உடலில் ஐந்து முறை சுடப்பட்டதன் காயங்களும் இருந்தன. இரண்டு சிறுமிகளும் வேறு வேறு இரண்டு வகை துப்பாக்கிகளால் சுடப்பட்டிருப்பதும் கண்டுபிடிக்கப்பட்டது.

காவல்துறை மண்டையைப் பிய்த்தக்கொண்டது. அவர்களைச் சுட்டது யார்? ஒருவரா? இருவரா? இத்தனை வெறியுடன் பலமுறை ஏன் சுட வேண்டும்? அப்படி அவர்கள் என்ன தவறு செய்திருக்க முடியும்? ஏதோ ஒரு பெரிய குற்றம் நடந்ததை அவர்கள் பார்த்து விட்டார்களோ? சாட்சிகளை விட்டு வைக்கக் கூடாதென்று இவர்களைச் சுட்டிருப்பார்களோ?... கேள்விகள்! கேள்விகள்! சுழற்றியடிக்கும் கேள்விகள்!

ஆனால் அந்தப் பகுதியில் ஒரு கொலையோ கொள்ளையோ நடந்ததற்கான அறிகுறியும் இல்லை. காவல்துறை போராடிப் பார்த்து கைவிட்டுவிட்டது. சிறுமிகளின் பெற்றோர் அழுது ஓய்ந்து உடல்கள் கண்டெடுக்கப்பட்ட இடத்தில் சிறுமிகளுக்கு சிலைகள் வைத்து அவர்கள் உபயோகப்படுத்திய அத்தனைப் பொருள்களையும் வைத்து அஞ்சலி செலுத்தத் துவங்கினார்கள்.

கொஞ்ச நேரம் அந்தச் சிறுமிகளை மறந்துவிட்டு மூன்று ஆண்டுகள் கழித்து... 2011இல் நிகழ்ந்த ஒரு காதல் கதையைப் பார்ப்போம்.

கெவின், ஆஷ்லே இருவரும் காதலர்கள். விரைவில் திருமணம் செய்துகொள்ள இருந்தவர்கள். நிச்சயதார்த்தம்

முடிந்து உல்லாசமாக சுற்றித் திரிந்தார்கள். கெவின் தன்னிடம் பாசமாகவும் அக்கறையுடனும் இருந்தாலும் அவனிடம் ஏதோ ஒரு ரகசியம் இருப்பதாக ஆஷ்லே உணர்ந்தாள். எதையோ நீ என்னிடம் மறைக்கிறாயென்று அவனிடம் கேட்டபோதெல்லாம் அவன் மறுத்து வந்தான்.

"கெவின், நாம் திருமணம் செய்துகொள்ளப் போகிறோம்தானே?"

"அதிலென்ன சந்தேகம்?"

"என்னைப் பற்றி உனக்கு முற்றிலும் தெரியுமல்லவா?"

"அதேப்போல உன்னைப்பற்றி எனக்கு முழுமையாகத் தெரிய வேண்டாமா?"

"உனக்குத்தான் தெரியுமே!"

"இல்லை. தெரியாது. உன் நடவடிக்கைகளில் ஒரு மர்மம் இருக்கிறது. அவ்வப்போது ஏதோ ஒரு சிந்தனையில் ஆழ்கிறாய். திடீரென்று படபடப்பாகின்றாய். ஏதோ ஒரு பிரச்சினை உன்னை வாட்டுகிறது. எதுவாக இருந்தாலும் சொல்..."

"அப்படியெல்லாம் எதவும் இல்லை"

"பொய்! ஒரு குற்ற உணர்ச்சியில் நீ சிக்கியிருப்பதுபோல உணர்கிறேன். சொல். ஏதாவது தப்பு செய்து விட்டாயா? அல்லது உனக்கு ரகசியமாக வேறு காதலி இருக்கிறாளா? நான் எதையும் தாங்கிக்கொள்கிறேன். சொல்"

"நீயாக கற்பனை செய்துகொண்டு ஏதேதோ கேட்கிறாய். அப்படியெல்லாம் எதுவும் இல்லை என்று சொன்னால் விட்டுவிடு!"

இருவரும் கெவின் காரில் சென்று கொண்டிருந்தபோது நிகழ்ந்த வாக்குவாதம் இது. அன்று மாலை ஆஷ்லே வீடு திரும்பவில்லை. அவள் பெற்றோருக்கு காதல் விஷயம் தெரியும் என்பதால் கெவினைக் கேட்டார்கள். கெவின், "நானும் அவளும் காரில் வந்து கொண்டிருந்தபோது எங்களுக்குள் ஒரு பெரிய வாக்குவாதம் நடந்தது. அவள் கோபத்தின் உச்சத்திற்குச் சென்றாள். உடனே காரை நிறுத்தச் சொன்னாள். நிறுத்தினேன். சட்டென்று இறங்கிக்கொண்டு நான் அழைக்க அழைக்க திரும்பிப் பார்க்காமல் போய்விட்டாள்" என்றான்.

அனைவருமாக ஆஷ்லேயைத் தேடினார்கள். அவளிடமிருந்து எந்தச் செய்தியும் இல்லை. காவல்துறையிடம் சென்றார்கள். காவல்துறை கெவினை கேள்விகளால் குடைந்தது.

அவள் காரிலிருந்து இறங்கிச் சென்ற இடத்தைச் சுற்றிலும் தேடிப் பார்த்தார்கள். உணர்ச்சிவசப்பட்டு தற்கொலை செய்திருக்கலாமோ என்று அதற்கு சாத்திமுள்ள கோணங்களிலும் விசாரித்தார்கள். ஒன்றும் தெரியவில்லை.

காவல் அதிகாரி ஆஷ்லேயின் முகப்புத்தகக் கணக்கில் அவள் போட்டிருந்த அத்தனைப் பதிவுகளையும் படித்தபோது. ஒரு பதிவு அவரின் புருவங்களைச் சுருக்க வைத்தது. அது: ‘கெவினிடம் ஏதோ ஒரு ரகசியம் இருக்கிறது. அதை அவன் சொல்ல மறுக்கிறான். இவனைத் திருமணம் செய்ய ஏன் தான் முடிவெடுத்தேனோ என்று சமயங்களில் தோன்றுகிறது’

அதிகாரியின் சந்தேகப் பார்வை கெவின் பக்கம் திரும்பியது. விசாரணைக்கு அழைத்தார். கிடுக்கிப் பிடி போட்டு கேள்விகளை வீசினார். அவரின் கேள்விகளின் அழுத்தம் தாங்காமல் உடைந்து, ‘ஆமாம், நான்தான் அவளைக் கொன்றேன்’ என்று வெடித்து விட்டான் கெவின்.

அன்று வாக்குவாதம் எல்லை கடந்து சென்றபோது தனக்குள் திடீரென்று ஒரு சாத்தான் புகுந்து அவளைக் கொல் என்று உத்தரவிட்டதாகவும் உடனே காரை நிறத்தி டேஷ்போர்டில் வைத்திருந்த கத்தியை எடுத்து அவள் கழுத்தை அறுத்ததாகவும், பிறகு தன் வீட்டின் பின்புறம் அவள் உடலை எரித்து, எலும்புகைள மண்ணுக்குள் புதைத்தாகவும் ஒப்புக் கொண்டான்.

அவன் மறைத்து வரும் ரகசியம் என்ன என்ற கேள்விக்கு பதில் சொன்னான், “மூன்று வருடங்கள் முன்பு காரில் ஒரு ஊரைக் கடந்தபோது கூழாங்கற்கள் பொறுக்கிக்கொண்டிருந்த இரண்டு சிறுமிகள் என்னை நோக்கி ஓடி வந்தார்கள். காரை நிறுத்தினேன். அவர்கள் ஏதோ சொன்னார்கள். அது என் காதில் விழவில்லை. மாறாக அந்த நிமிடம் எனக்குள் புகுந்த ஒரு சாத்தான் அவர்களைக் கொல்லச் சொன்னது. எதையும் யோசிக்காமல் ஒரு சிறுமியை மட்டும் கண்மூடித்தனமாக சுட்டேன். புறப்பட இருந்தேன். அதிர்ச்சியில் உறைந்து நின்ற இன்னொரு சிறுமியையும் கொல்லச் சொல்லி சாத்தான் உத்தரவிட... அந்தத் துப்பாக்கியில் குண்டுகள் தீர்ந்ததால் என்னிடமிருந்த இன்னொரு துப்பாக்கியால் அந்தச் சிறுமியையும் சுட்டேன். உடல்களை புதருக்குள் இழுத்துப்போட்டுவிட்டு சென்றுவிட்டேன்.”

கெவின் கோர்ட்டிலும் மீண்டும் மீண்டும் இந்தச் சாத்தான் கதையைத்தான் சொன்னான். அவனுக்கு மூன்று ஆயுள் தண்டனை

கிடைத்தது. தனக்காக வாதாடிய வக்கீலை கோர்ட்டிலேயே ஒரு முறை கழுத்தை நெறித்துக் கொல்ல முயன்ற அவன் அதுவும் சாத்தானின் உத்தரவு என்றான். தீர்ப்பு நாளின்போது தன்னை யாராவது சுட்டுவிடுவார்கள் என்று புல்லட் புரூஃப் ஜாக்கெட் அணிந்து வந்தான்.

அவனைச் சோதனை செய்த மனநல மருத்துவர்கள் அவன் மனநலம் சரியாக இருப்பதாகச் சொன்னதால் அந்தச் சாத்தான் கதையை யாரும் நம்பத் தயாராக இல்லை. ஆனால் அன்றைய தினம் அந்தச் சிறுமிகள் காரை நிறுத்தி அவனிடம் என்ன சொல்லியிருப்பார்கள், எதற்காக அவர்களை அவன் வெறித்தனமாக சுட்டான் போன்ற கேள்விகளுக்கு இன்று வரை பதிலில்லை. மனித மனம் புதிரானதுதானே?

* * *

நல்லவளா? கெட்டவளா?

கிரிமினல்கள் என்றாலே ஆண்கள் மட்டும்தானா? எல்லாத் துறைகளிலும் ஆணுக்குச் சமமாக போட்டிபோடும் பெண்கள் குற்றங்களில் மட்டும் பங்கெடுக்காமலா இருக்கிறார்கள்? அவர்களைப் பற்றி எழுத மாட்டீர்களா? இப்படி ஒரு வாசகர் போனில் கேட்டார்.

அதானே என்று ஆராய்ச்சியில் இறங்கினால்... அடேங்கப்பா! இதிலும் நாங்கள் சளைத்தவர்கள் அல்ல என்று உலகம் முழுவதும் நிரூபித்துக் கொண்டிருக்கிறார்கள். ஒரு சாம்பிள்தான் நம் கதாநாயகி...

பேட்டி ஹெர்ஸ்ட் அழகான புத்திசாலித்தனமான பெண். வயது 19. அமெரிக்காவின் கலிஃபோர்னியா மாகாணத்தில் பெர்க்லி நகரத்தில் சுதந்திரமாக சுற்றி வந்த கால்முளைத்த தென்றல். தாத்தா வில்லியம் ரடால்ஃப் ஹெர்ஸ்ட் பத்திரிகை உலகில் ஒரு ஜாம்பவான். தவிர ரேடியோ, தொலைக்காட்சி, சினிமா என்று அனைத்து ஊடகங்களிலும் தயாரிப்பாளராக இயங்கிக் கொண்டிருந்தவர்.

1974. பிப்ரவரி 4ஆம் தேதி பேட்டி ஹெர்ஸ்ட் தனியாக தங்கியிருந்த அபார்ட்மென்ட்டில் போனில் தன் காதலனுடன் 'என்ன கலர் சட்டை, மீசை ட்ரிம் பண்ணி விட்டாயா?' என்று கடலை

போட்டுக்கொண்டிருந்தவள் அழைப்பு மணி கேட்டதும் 'அப்புறம் பேசுகிறேன்' என்று துண்டித்தாள். சின்ன ஜன்னல் வழியாகப் பார்த்தாள்.

ஒரு இளைஞன் நின்றிருந்தான். அவன் கையில் ஒரு கவர் "யார்?" என்றாள்.

"உங்கள் தாத்தாவின் பத்திரிகையில் சேர வேண்டும். அது தொடர்பாக உங்களுக்கு எழுதப்பட்ட ஒரு சிபாரிசுக் கடிதத்துடன் வந்திருக்கிறேன்" என்றான் அவன்.

கதவைத் திறந்து உள்ளே அனுமதித்த அவள் அந்தக் கடிதத்தைப் படிக்கத் துவங்கினாள். படித்து முடித்து நிமிர்ந்தபோது அவள் முன்னால் நின்றது அவன் மட்டுமல்ல, இன்னும் ஆறு இளைஞர்கள். ஒரே நேரத்தில் அவள் மேல் பாய்ந்து, கத்தவிடாமல் வாயைப்பொத்தி, கை, கால்கள் கட்டி... அடுத்த மூன்றாவது நிமிடம் அவள் ஒரு கைதியாக அவர்களுடன் ஒரு வேனில் எங்கோ சென்று கொண்டிருந்தாள்.

மறுநாள். பேட்டி ஹெர்ஸ்ட் தந்தைக்கு போன் வந்தது.

"வணக்கம். உங்கள் மகள் பேட்டி ஹெர்ஸ்ட்டை நாங்கள் கடத்தி விட்டோம். இப்போது அவள் எங்கள் கட்டுப்பாட்டில் இருக்கிறாள். இனி அவள் கற்போடு இருப்பதும் உயிரோடு இருப்பதும் உங்கள் முடிவில்தான் இருக்கிறது."

"நீங்கள் யார்?"

"சிம்பியான்சி விடுதலைப் படையைச் சேர்ந்தவர்கள். இந்த நாட்டில் வறுமையில் வாடுபவர்களும் எளியவர்களும் மிகவும் துன்பப்படுகிறார்கள. நாங்கள் அவர்களுக்கு ஆதரவானவர்கள். அரசாங்கத்திற்கு எதிரானவர்கள்."

"என் மகள் சேதமில்லாமல் வேண்டும். நான் என்ன செய்ய வேண்டும்?"

"உன் தந்தை முக்கிய அரசியல் புள்ளிகளோடு தொடர்புடையவர். அவர் மூலம் அரசாங்கத்தை அணுகு. எங்கள் இயக்கத் தோழர்கள் இரண்டுபேர் கைது செய்யப் பட்டிருக்கிறார்கள். அவர்கள் விடுதலை செய்யப்பட வேண்டும்"

ஆனால் கைது செய்யப்பட்டவர்கள் பயங்கரவாதிகள் என்றும் அவர்களை வெளியே விட்டால் சமூகத்திற்கு ஆபத்து என்றும் சொல்லி விடுதலை செய்ய மறுத்து விட்டது அரசாங்கம். கடத்திச்

செல்லப்பட்ட பேட்டி ஹெர்ஸ்ட்டை பத்திரமாக மீட்கும்படி காவல்துறைக்கு உத்தரவிட்டது.

காவல்துறை மாகாணம் முழுவதும் பரபரப்பாக இயங்கி விடுதலைப் படையினரை மடக்க முயற்சிகள் செய்தது. அவர்கள் ரகசியமாகப் பதுங்கியிருக்கும் இடத்தைக் கண்டுபிடிக்க முடியவில்லை.

அடுத்து கடத்தல்காரர்களிடமிருந்து வந்த உத்தரவு: மாகாணத்தில் வறுமையில் வாடும் மக்கள் அனைவருக்கும் ஒரு மனிதருக்கு 70 டாலர் மதிப்பில் உணவளிக்க வேண்டும். அப்படிச் செய்தால் பேட்டி ஹெர்ஸ்ட் விடுதலை செய்யப்படுவாள்.

கணக்குப் போட்டுப் பார்த்தால் அன்றைய தேதிக்கு இந்தியக் கணக்கில் 320 கோடி தேவைப்படும் அவர்களின் கோரிக்கையை நிறைவேற்ற. பேட்டி ஹெர்ஸ்ட்டின் தந்தை வங்கியில் கடன் வாங்கி இரண்டு கோடி மதிப்பில் ஒரு குறிப்பிட்ட பகுதியில் இருந்த வறுமையில் வாடிய மனிதர்களுக்கு உணவளித்தார். கடத்தல்காரர்கள் மனமிறங்கவில்லை. 'உங்கள் மகளை விடுவிக்க முடியாது' என்று அறிவித்தார்கள்.

குடும்பத்தினரும், காவல்துறையும் அடுத்து என்ன செய்வது என்று புரியாமல் தவித்தபோது, ஒரு திடீர் திருப்பம் நிகழ்ந்தது. பேட்டி ஹெர்ஸ்ட்டின் ஒரு புகைப்படத்தையும், அவளின் செய்தியாக ஒரு குரல் பதிவையும் அனுப்பினார்கள்.

அந்தப் புகைப்படத்தில் பேட்டி ஹெர்ஸ்ட் கையில் விடுதலைப் படையினர் பயன்படுத்தும் ஒரு இயந்திரத் துப்பாக்கியை தூக்கிப் பிடித்தபடி இருந்தாள். அவளின் குரல் செய்தி இதுதான்:

"இனி யாரும் என்னை மீட்கும் முயற்சிகளில் ஈடுபட வேண்டாம். இந்த இயக்கத்தின் நோக்கமும். செயல்பாடுகளும் நியாயமானவை என்பதை நான் உணர்ந்ததால் நான் இவர்களின் இயக்கத்தில் ஒருத்தியாக இணைந்துவிட்டேன். இனி இவர்களின் லட்சியத்திற்காக நானும் இணைந்து போராடப் போகிறேன்."

அத்தனை பேரும் ஸ்தம்பித்துப் போனார்கள். கொஞ்ச நாள் கழித்து நகரின் ஒரு முக்கியமான வங்கிக்குள் கொள்ளை நோக்கத்துடன் நுழைந்தது அந்த விடுதலைப் படை. அதில் தளபதியாக துப்பாக்கி ஏந்தியது பேட்டி ஹெர்ஸ்ட். வங்கியின் கேமிராக்களில் தான் பதிவாவது பற்றி பேட்டி கவலைப் படவில்லை. அனைவரையும் மிரட்டினாள். "எங்கள் இயக்கத்தை நடத்த எங்களுக்கு ஏராளமான பணம் தேவைப்படுகிறது. அதனால்

எங்களுக்கு கொள்ளையடிப்பதைத் தவிர வேறு வழியில்லை. இது தொடரும்...” என்று முழங்கினாள். அந்தக் கொள்ளையைத் தடுக்க வந்த இரண்டு பேரை சுட்டும் கொன்றாள்.

இப்போது காவல்துறைக்கு அவள் ஒருமிகப் பெரிய தலைவலியானாள். யாரை மீட்பதற்காக அலைந்தார்களோ... இப்போது அவளை மடக்கிப் பிடிப்பதற்காக அலைந்தார்கள். அரசாங்கத்தின் தேடப்படும் குற்றவாளியாக பேட்டி ஹெர்ஸ்ட் அறிவிக்கப்பட்டாள். சில மாதங்கள் தீவிரமாக போராடி அவளின் கூட்டாளிகள் சிலரை காவல்துறை நெருங்கியது. ஒரு அதிரடி நடவடிக்கையில் விடுதலைப் படையினர் பலர் கொல்லப்பட்டார்கள். பேட்டி ஹெர்ஸ்ட் உயிருடன் பிடிபட்டாள்.

கோர்ட்டில் பேட்டி ஹெர்ஸ்ட்டின் வழக்கறிஞரின் வாதம் அனைவரையும் திரும்பிப் பார்க்க வைத்தது. “பேட்டி ஹெர்ஸ்ட் இயல்பில் ஒரு பயங்கரவாதி இல்லை. கடத்தி வைக்கப்பட்டிருந்தபோது அவளை ஒரு அடிமை போல நடத்தினார்கள். இருட்டு அறையில் வைத்திருந்தார்கள். பாலியல் கொடுமைகளைச் செய்தார்கள். சரியாக உணவு கொடுக்காமல் வதைத்தார்கள். தவிர தங்கள் இயக்கத்தின் கோட்பாடுகளை அவள் மனதில் திணித்து அவளை மூளைச் சலவை செய்தார்கள். உடல்ரீதியாகவும், மனரீதியாகவும் அவர்கள் கொடுத்த தொல்லைகளின் காரணமாக அவர்களின் இயக்கத்தில் இணைவதாக நாடகமாடினாள் பேட்டி ஹெர்ஸ்ட். அதனால் அவளை அவர்கள் சுதந்திரமாக நடத்தினார்கள். அந்த மாத வங்கிக் கொள்ளையில் எடுக்கப்பட்ட புகைப்படங்களைப் பார்த்தால் அந்தக் கூட்டத்தினர் வைத்திருக்கும் துப்பாக்கிகளில் சில அவளை குறி பார்த்துக் கொண்டிருக்கும். அதன் பொருள் என்ன? அந்த வங்கிக் கொள்ளையை அவள் நடத்தியாக வேண்டும் என்பது அவர்களின் கட்டளை! அவர்களின் மிரட்டல் காரணமாகவே அவள் ஒரு பயங்கரவாதியாக அங்கே நடந்துகொண்டாள். அவள் ஒரு கருவியே!”

பேட்டி ஹெர்ஸ்ட்டை பல மனநல மருத்துவர்கள் சோதனை செய்தார்கள். தற்சமயம் அவளின் மனநிலையில் எந்தப் பாதிப்பும் இல்லை என்பதால் மூளைச் சலவை கதையை நம்ப மறுத்தார்கள். அவளுக்கு ஏழாண்டுகள் சிறைத் தண்டனை வழங்கப்பட்டது. பிறகு கருணை மனுக்கள் மூலம் அந்த தண்டனை இரண்டாண்டுகளாகக் குறைக்கப்பட்டு பிறகு அதுவும் விலக்கப்பட்டு மன்னிப்பு வழங்கப்பட்டது.

விடுதலையான பேட்டி ஹெர்ஸ்ட் தான் சிறையில் இருந்தபோது தன்னைக் காவல் காத்த அதிகாரியை திருமணம் செய்து கொண்டாள். தன் வாழ்க்கை வரலாற்றை புத்தகமாக எழுதினாள். பிறகு ஒரு பெரிய நாவல் எழுதினாள். பிறகு சில திரைப்படங்களில் கதாநாயகியாக நடித்தாள். (Cry baby, A dirty shame, Serial mom) மூன்று குழந்தைகளுக்குத் தாயான பேட்டி ஹெர்ஸ்ட்டுக்கு இப்போது வயது 61. இன்றுவரை அவள் செய்த குற்றங்கள் சொந்த முடிவுகளா அல்லது மிரட்டல் முனையில் செய்யப்பட்டவையா என்பது கேள்விக்குறியாகவே இருக்கிறது.

* * *

பட்டை தீட்டப்பட்ட திட்டம்!

108 மில்லியன் அமெரிக்க டாலர்கள் (இந்திய மதிப்பில் ரூபாய் 702 கோடி) என்பதுதான் உலகிலேயே மிக அதிக மதிப்பில் நடத்தப்பட்ட வைரத் திருட்டு! யார் திருடியது, எங்கே, எப்படி திருடப்பட்டது என்கிற கேள்விகளுக்கு உண்டான பதில்கள் சுவாரசியமானவை.

வைரங்களால் பிரபலமான நாடு பெல்ஜியம் என்பது அனைவருக்கும் தெரியும். அங்கே ஜெம் மாகாணத்தில் அண்ட்வெர்ப் டைமண்ட் சென்டர் மிகவும் பரபரப்பானது. நகரத்தின் 80 சதவிகித மக்கள் வைரம் தொடர்பான வேலைகளில் இருப்பவர்கள். உலகத்திற்குத் தேவைப்படும் 84 சதவிகித வைரம் உருவாகும் இடம் இது. 380 வைரத் தொழிற்சாலைகள் வைரம் தயாரித்து 1500 நிறுவனங்களுக்கு சப்ளை செய்கின்றன. இங்கே இயங்கும் தரகர்கள் மட்டும் 3500 பேர்.

அண்ட்வெர்ப் டைமண்ட் சென்டர் என்பது இரண்டு மாடிகளும் அண்டர்கிரவுண்டும் கொண்டது. அங்கேதான் சேஃப்ட்டி லாக்கர்கள் அடங்கிய பாதுகாப்பு அறை உள்ளது. அந்த லாக்கர்களில் பொதுமக்களும், வர்த்தகர்களும் வைரங்கள், தங்கம், ரொக்கம், பாண்டுகள் என்று பாதுகாத்து உபயோகித்தார்கள்.

இந்த கட்டடத்திற்கும் பாதுகாப்பு அறைக்குமான பாதுகாப்பு ஏற்பாடுகள் மிக நவீனமானவை. துல்லியமானவை. எப்போதும் வானில் போலீஸ் ஹெலிகாப்டர் ஒன்று சுற்றிக் கொண்டேயிருக்கும். ஆயுதமேந்திய வீரர்களின் வாகனங்கள் நகரமெங்கும் உலா வரும். கட்டடத்திற்கு மிக அருகில் குண்டு துளைக்க முடியாத போலீஸ் பூத். இன்னொரு புறம் ஒரு போலீஸ் ஸ்டேஷன். வந்து போகிற வாகனங்கள் சுலபமாக கட்டடத்தை நெருங்கிவிட முடியாது. பொல்லார்ட்ஸ் என்று அழைக்கப்படும் இரும்புக் கம்பங்கள் சாலைகளின் குறுக்கில் அமைக்கப்பட்டிருக்கும். வெளி கேட்டில் எல்லா அடையாள அட்டைகளும் சரியாக இருந்தால் அவர்கள் இயக்கியதும் இந்த இரும்புக் கம்பங்கள் தரையோடு இறங்கிக்கொண்டு வாகனம் கடக்க வழி தரும். உள்ளே சென்றுவிட்ட ஒரு வாகனம் வெளியே வரவும் இதே மாதிரியான சோதனைகளும், கெடுபிடிகளும் உண்டு.

அடுத்து கட்டடம் முழுக்க இருபத்தி நான்கு மணி நேரமும் பல கோணங்களில் படம் பிடித்துக் கொண்டேயிருக்கும் கேமிராக்கள். அந்த பாதுகாப்பு அறைக்குச் செல்வதற்கு முன்பாக இரண்டு கதவுகள். அவையிரண்டும் கன்ட்ரோல் அறையிலிருந்து அனுப்பப்படும் ஒருவித சங்கு ஓசையைக் கேட்டு அதன்பிறகே திறக்கும்.

பிரதான பாதுகாப்பு அறையின் முக்கியமான கதவு ஸ்டீல் மட்டும் காப்பரால் செய்யப்பட்டது. அந்தக் கதவின் எடை மட்டும் மூன்று டன். அந்தக் கதவின் அகலம் 12 அங்குலங்கள். (அந்தக் கதவை எந்திரம் கொண்டு ட்ரில் செய்து திறக்க முயன்றால் இடைவிடாமல் 12 மணி நேரம் மிக சக்தி வாய்ந்த இயந்திரம் வைத்து செயல்பட வேண்டும்) அந்தக் கதவைத் திறக்க சாவியும் போட வேண்டும். தவிர லாக்கர்களின் உரிமையாளர்களக்கு மட்டும் பிரத்தியேகமாகத் தரப்பட்டிருக்கும் குறிப்பிட்ட நான்கு இலக்க எண்களையும் பதிய வேண்டும். (மில்லியனுக்கு மேற்பட்ட காம்பினேஷன் வாய்ப்புகள் வரும்) அந்தச் சாவியின் சைஸ் என்ன தெரியுமா? கிரிக்கெட்டில் வீரர்களுக்கு கார்கள் பரிசாக வழங்கும்போது அடையாளமாக பெரிய சைசில் அட்டை சாவி செய்து அதைக் கொடுப்பார்கள் அல்லவா, அந்த மாதிரி நிஜத்தில் ஒரு மீட்டர் நீளம் கொண்ட சாவி அது.

இதைத் தவிர... அந்தப் பகுதியல் மனித உடலிலிருந்து வெளிப்படும் வெப்பத்தைக் கண்டுபிடித்தால் எச்சரிக்கும் இன்ஃப்ராரெட் ஹீட் டிடெக்டர்ஸ், புதிய அசைவுகள் மற்றும்

வெளிச்சம் தென்பட்டால் எச்சரிக்கும் சென்சார், அந்தப் பிரதேசத்தின் தட்பவெட்பத்தில் மாறுதல் ஏற்பட்டால் உடனே அறிவிக்கும் சீஸ்மிக் சென்சார், இதைத் தவிர கதவை அனுமதியின்றி முறையில்லாமல் திறக்க முயற்சி செய்தால் அதை அறிவிக்கும் காந்த மண்டலம்.

2003 பிப்பரவரி 14 அன்று பெல்ஜியம் தேசம் காதலர் தினத்தைக் கொண்டாடியது. மறுநாள் 15 இரவில் அந்த வைர மையத்தின் பாதுகாப்பு அறை இத்தனை பிரமாண்டமான ஏற்பாடுகளையும் மீறி கொள்ளையடிக்கப்பட்டன.

தகவல் அறிந்து காவல்துறை வந்து பார்த்தபோது அந்தப் பாதுகாப்பு அறை முழுவதும் வைரங்களும், நகைகளும் வைக்கும் காலி பெட்டிகளும்,அவசரமாக சேகரிக்கும்போது சிதறிய வைரங்களும், கரன்சி நோட்டுகளுமாக இருந்தன. மொத்தம் அங்கிருந்த 160 லாக்கர்களில் 123 லாக்கர்கள் ட்ரில்லிங் எந்திரம் மூலம் திறக்கப்பட்டிருந்தது.

அந்த லாக்கர்களின் உரிமையாளர்களும் இன்ஷ்யூரன்ஸ் நிறுவனங்களின் ஆய்வாளர்களும் குவிந்து விட்டார்கள். கணக்கிட்டுப் பார்த்தால் இதுதான் உலகிலேயே மிக அதிக மதிப்பில் அடிக்கப்பட்ட லாக்கர் கொள்ளை என்று புரிந்தது.

கொஞ்சம் தாவி ஒரு ஃப்ளாஷ்பேக்கிற்குச் சென்று வரலாம். பார்ன் கிரிமினல் லியார்னாடோ நோடார்பார்டோலோ. இத்தாலியைச் சேர்ந்தவன். பார்ன் கரிமினல் என்பார்களே அப்படி சிறுவயதில் சின்னச் சின்ன திருட்டுக்களில் தன் குற்ற லீலைகளைத் துவங்கியவன். மளிகைக் கடையில், வீட்டுக்கு வரும் பால்காரனிடம் என்று திருடத் துவங்கி கடைகளில் நகைகளைக் கொள்ளையடிப்பதைத் தொழிலாக எடுத்துக் கொண்டவன்.

ஒரு பழம்பொருள் சேகரிப்பாளர் 2001இல் ஒரு குறிப்பிட்ட நகையைக் கொள்ளையடித்துச் தரச் சொன்னார். அவனுக்கு பேசப்பட்ட சம்பளம் ஒரு லட்சம் யூரோ கரன்சிகள். லியார்னாடோ புத்திநுட்பம் கொண்ட பல துறைகளில் நிபுணத்துவம் வாய்ந்த சிலரை கூட்டணியாக அமைத்துக் கொண்டு அந்தக் கொள்ளையைச் சிறப்பாகச் செய்து முடித்தான்.

அடுத்து அவனுக்கு வந்த அழைப்பு வேறு ஒரு நபரிடமிருந்து. ஒரு ரகசிய இடத்தில் சந்தித்தான். அங்கிருந்த மூன்று பேரை அந்த நபர் அறிமுகப்படுத்தினான். இந்த லாக்கர்களை கொள்ளையடிக்கும் திட்டத்தைச் சொல்லி அதை தலைமையேற்று

நடத்தித்தரச் சொன்னான். லியார்னாடோ தன் பக்கத்திலிருந்து ஒரு நபரைச் சேர்த்துக் கொண்டான். ஐந்து பேர் கொண்ட படை உருவாகியது. அழகாக திட்டம் போட்டான். படிப்படியாக நிறைவேற்றினான். இதற்கு அவன் எடுத்துக் கொண்ட காலம் இரண்டரை வருடங்கள்.

அவன் செய்த முதல் வேலை... அந்தப் பாதுகாப்பு அறையில் தன் பெயரில் ஒரு லாக்கர் எடுத்துக் கொண்டதே. அவனுக்கு அடையாள அட்டைள் தரப்பட்டன. அவன் அடிக்கடி தன் லாக்கரை இயக்க அங்கு சென்று வரத் துவங்கினான். அந்த இடத்தின் அத்தனை பாதுகாப்பு ஏற்பாடுகளும் அவனுக்கு அத்துப்படியாயின.

ஒரு மீட்டர் நீளமுள்ள அந்தச் சாவியின் சரியான டூப்ளிகேட்டை ஐவரில் ஒருவன் துல்லியமாகச் செய்து முடிக்கவே சில மாதங்கள் ஆயின. மறைவாகச் சின்ன கேமரா பொருத்தி அந்த நான்கு இலக்க பாஸ்வார்ட் எண்களைக் கச்சிதமாக அறிந்தான் லியார்னாடோ. ஒவ்வொரு சென்சார்களையும், கேமிராக்களையும் எப்படி ஏமாற்றுவது என்று பாடம் படித்தார்கள். முறியடிக்கும் எலெக்ட்ரானிக் கருவிகளை உருவாக்கினார்கள். பாலியெஸ்டர் ஷீல்ட் வெப்பத்தை ஏமாற்றும் என்று புரிந்து அதைச் செய்தார்கள். அலுமினியம் ப்ளாக் செய்து அதைக் கொண்டு காந்த மண்டலத்தைக் கட்டுப்படுத்தினார்கள். பெண்கள் கூந்தலுக்காக பயன்படுத்தும் சாதாரண ஸ்ப்ரே கொண்டு சில சென்சார்களை கவிழ்க்க முடியுமென்றும்... பீன் பேகுகளில் நிரப்பப்படும் பின்பால்ஸ் கொண்டு கேமிராக்களை ஏமாற்ற முடியுமென்றும் கண்டறிந்து சின்னச் சின்ன கருவிகள் செய்தார்கள். போலி அடையாள அட்டைகள், இரும்புக் கம்பங்களை இயக்கும் கருவி என்று கச்சிதமான ஏற்பாடுகள். அதற்குத்தான் இரண்டரை வருடங்கள்!

சரி, இதெல்லாம் உலகத்திற்கு எப்படித் தெரிய வந்தது? இவையெல்லாம் ஒரு தொலைக்காட்சி பேட்டியில் லியானார்டோவே சொன்னவைதான். எப்போது? கைது செய்யப்பட்டபின். ஆமாம். இவனும், இவன் ஏற்பாடு செய்த நபரும்தான் மாட்டிக் கொண்டார்கள். திட்டத்தின் சூத்திரதாரியும் அவன் ஏற்பாடு செய்த மூன்றுபேரும் கொள்ளையடிக்கப்பட்ட அத்தனை வைரங்கள், நகைகளுடன் தலைமறைவாகிவிட்டார்கள். அவர்கள் இந்த நிமிடம்வரை கண்டுபிடிக்கப்படவில்லை. அந்த நகைகளும் மீட்கப்படவில்லை.

இந்த லாக்கர் கொள்ளை பற்றி ஒரு விரிவான புத்தகம் ஃப்ளாலெஸ் என்னும் தலைப்பில் எழுதப்பட்டிருக்கிறது. ஹாலிவுட்டின் பாரமவுண்ட் நிறுவனத்தினர் இந்தச் சம்பவத்தை திரைப்படமாக எடுக்க உரிமை வாங்கியிருக்கிறார்கள். எல்லாம் சரி... இவ்வளவு சாமார்த்தியமாக இரண்டரை வருடங்கள் திட்டம் போட்டு கொள்ளையைச் செயல்படுத்திய லியார்னாடோ எப்படி போலீஸில் சிக்கினான்?

லியார்னாடோ செய்த ஒரு மிகப் பெரிய முட்டாள்தனம்... கொள்ளை நடந்த அறையில் லாக்கர்களை மற்றவர்கள் ட்ரில்லிங் எந்திரம் கொண்டு திறந்து கொண்டிருந்தபோது எடுத்துச் சென்ற சாண்ட்விச்சை சாப்பிட்டுத் தொலைத்ததுதான். அதிலிருந்து அவனுடைய எச்சிலுடன் கூடிய பிரெட் முனை கீழே விழுந்துகிடக்க... அதிலிருந்து டி.என்.ஏ. எடுத்த போலீஸ் மிக சீக்கிரமே அவனை நெருங்கிவிட்டது. கொள்ளையர்களுக்கு லியார்னாடோ தெரிவிக்கும் அறிவுரை என்பது கொள்ளை சமயத்தில் எதையும் தின்று வைக்காதீர்கள் என்பதாக இருக்குமோ?

* * *

பலூன் பையன்!

அமெரிக்காவில்தான் இதுபோன்ற பரபரப்பான கலாட்டாக்கள் அடிக்கடி நடக்கும். ஒரு நாள் ஓஹியோ மாகாணத்தில் ஒரு பெரிய பல்கலைக் கழகத்திற்கு காவல்துறையின் வாகனங்கள் சரசரவென்று நுழைந்தன. அத்தனை வாசல்களும் மூடப்பட்டன. யாரையும் உள்ளே அனுமதிக்கவில்லை. உள்ளே இருந்தவர்களை அவசர அவசரமாக பத்திரமான இடங்களுக்கு அப்புறப்படுத்தினார்கள்.

அங்கே பார்க்கிங் பகுதியில் நிறுத்தப்பட்டிருந்த ஒரு குறிப்பிட்ட மோட்டார் பைக்கை வெடிகுண்டு நிபுணர்கள் எச்சரிக்கையாகச் சூழ்ந்து, பரிசோதித்தார்கள். அந்த வாகனத்தில் எந்த வெடிகுண்டும் இல்லை.

அதற்குள் அந்த வாகனத்தின் சொந்தக்கார இளைஞன் அங்கு வந்து, "என் வாகனம்தான் இது. என்ன தேடுகிறீர்கள்?" என்றான்.

"வெடிகுண்டு" என்றார்கள்.

"இதில் வெடிகுண்டு இருப்பதாக யார் தகவல் தெரிவித்தார்கள்?"

அவன் சட்டையைக் கொத்தாகப் பிடித்தார்கள், "நீதான். இதோ பார்!" இதற்கு என்ன அர்த்தம்?"

பைக்கின் மேல் ஒரு ஸ்டிக்கர் ஒட்டப்பட்டிருந்தது. அதில் ஆங்கிலத்தில் இது ஒரு பைப் வெடிகுண்டு

என்கிற பொருளில் ‘Thir is a pipe bomb’ என்று எழுதின ஸ்டிக்கர் ஒட்டப்பட்டிருந்தது.

அந்த இளைஞன் சிரித்து அது அவன் ரசிக்கும் ராக் இசைக் குழுவின் பெயர் என்றான். அப்படியும் அவர்கள் நம்பவில்லை. விசாரித்துப் பார்த்ததில் அந்தப் பெயரில் ஒரு இசைக்குழு இருப்பது உண்மை என்று தெரிய வந்தது. ஆனாலும் பொது மக்களை பீதிக்குள்ளாக்கும் விதமாக அப்படி ஒரு ஸ்டிக்கரை பைக்கில் ஒட்டி வைத்தது குற்றம் என்று அவனைக் கைது செய்து வழக்குப் போட்டது காவல்துறை.

இதுகூட சின்ன விஷயம்தான். ஆனால் 2009ஆம் வருடம் அக்டோபர் 15ஆம் தேதி நடந்தது சின்ன விஷயம் இல்லை.

கொலரோடோவில் வசித்த ரிச்சர்ட் ஹீன், அவன் மனைவி மியூமி ஹீன் இருவருக்கும் மூன்று குழந்தைகள். ரிச்சர்டுக்கு நிரந்தர வேலை என்று எதுவும் இல்லை வீடுகளின் உட்புறமும், வெளிப்புறமும் ஏற்படும் ரிப்பேர்களைச் சரிசெய்து கொடுப்பான்.

இயற்கையின் ரசிகன். குறிப்பாக இயற்கை சீறும்போது அனைவரும் உயிருக்குப் போராடும்போது இவன் இன்னும் அதிகம் ரசிப்பான. புயல், மழை, சுனாமி, பெரிய வெள்ளம், நில நடுக்கம் போன்ற சமயங்களில் இவன்பாட்டிற்கு புறப்பட்டு இலக்கில்லாமல் பயணித்து சீற்றம் காட்டும் இயற்கையை நெருக்கமாகச் சென்று புகைப்படங்கள், வீடியோ எடுப்பான். ஒரு முறை கடுமையான புயலில் மோட்டார் பைக்கில் சென்றான். இன்னொரு முறை கடலில் ராட்சத அலைகள் மற்றும் காற்றின் சுழற்சிக்கு நடுவில் தைரியமாக குட்டி விமானத்தில் பறந்து திரும்பிய சாகச வீரன் அவன். இந்த மாதிரி உயிரைப் பணயம் வைத்து சீற்றங்களைத் துரத்துபவர்களை Storm chase என்பார்கள்.

ரிச்சர்ட் அவ்வப்போது தன் வித்தியாசமான அனுபவங்களைத் தொலைக்காட்சி நிகழ்ச்சிகளில் கலந்துகொண்டு பேட்டியளிப்பான். அவன் மனைவியும் கலந்துகொண்டு பேசுவாள். ஆகவே இந்தத் தம்பதி தொலைக்காட்சி ரசிகர்களுக்கு அறிமுகமானவர்கள்.

ஒரு முறை ரிச்சர்ட் தன் பேட்டியில் சொன்னான்: இந்த பூமியில் இன்றைக்கு வாழும் மனிதர்கள் எல்லோரும் வேறு கிரகத்திலிருந்து முதலில் வந்தவர்கள் என்பது என் நம்பிக்கை. வேறு வேறு கிரகங்களுக்கு நம்மால் பறக்கும் தட்டுக்களை அனுப்பி தொடர்பு கொள்ள முடியும். அதை நானே செய்யப் போகிறேன்.

அதன் பிறகு ரிச்சர்ட் தன் சொந்தச் செலவில் அவனே ஒரு பறக்கும் பலூனைத் தயாரித்தான். இருபதடி சுற்றளவும், ஐந்தடி உயரமும் உள்ள அந்தப் பலூனை ரப்பர் மற்றும் அலுமினியம் கொண்டு தயாரித்து அதில் ஹீலியத்தை நிரப்பினான்.

இரண்டு அடுக்குகள் கொண்ட அந்தப் பலூனுக்குள் அவன், அவன் மனைவி, மூன்றாவது மகன் ஃபால்கன் மூவரும் நுழைந்து உள்புற அமைப்பைச் சுற்றிலும் கூடியிருந்தவர்களுக்கு படம் பிடித்துக் காட்டினான்.

அந்தப் பலூனைப் பறக்கவிடும் நிகழ்ச்சியை நேரலையில் ஒளிபரப்ப ஒரு தொலைக்காட்சி நிறுவனம் ஏற்பாடு செய்திருந்தது. ஆகவே உலகமெங்கும் அதைப் பார்த்துக் கொண்டிருந்தார்கள். அவர்கள் வெளியே வந்து பலூனின் கயிறுகளை விடுவித்து வானத்தில் பறக்க விட்டதும் அனைவரும் கை தட்டினார்கள். கைத் தட்டல்களை மீறி மனைவியைப் பார்த்துக் கத்தினான் ரிச்சர்ட், "எங்கே நம் ஃபால்கன்?"

அங்கும் இங்கும் தேடினார்கள். ஃபால்கனைக் காணவில்லை. பதறினான் ரிச்சர்ட் "அய்கோ! ஃபால்கன் வெளியே வருவதற்குள் வாசல் கதவை மூடிவிட்டாய்! பறக்கும் பலூனில் இருக்கிறான் ஃபால்கன்!"

அவ்வளவுதான். சுற்றிலும் இருந்தவர்களுக்கும், நிகழ்ச்சியைத் தொலைக்காட்சியில் பார்த்துக் கொண்டிருந்தவர்களுக்கும் பரபரப்புத் தொற்றிக் கொண்டது.

பெற்றோர் இருவரும் அழுதபடி முதலில் காவல்துறையையும், பேரிடர் மீட்புக் குழுவையும் போனில் அழைத்தார்கள். பலூனை மீட்டு பையனைக் காப்பாற்றுவதற்கு கடலோர காவல் படை களத்தில் இறங்கியது. குழுக்களை அமைத்தது.

மீட்பு ஹெலிகாப்டர்கள் வானில் பறக்கத் துவங்கின. அவற்றுக்குப் போட்டியாக பல தொலைக்காட்சி நிறுவனங்களின் ஹெலிகாப்டர்கள் பலூனையும் மீட்பு முயற்சிகளையும் கவர் செய்யத் துவங்கின.

பலூனின் எடை, உள்ளே நிரப்பப்பட்டிருக்கும் ஹீலியத்தின் எடை, காற்றின் வேகம், அது பயணிக்கும் திசை என்று விஞ் ஞானிகள் கணித்து உதவத் துவங்கினார்கள். பலூன் வானில் கடந்து கொண்டிருந்த பகுதியில் இருந்த டென்வெர் விமான நிலையம் தற்காலிகமாக மூடப்பட்டு எந்த விமானமும் புறப்படவோ, எந்த விமானமும் இறங்கவோ கூடாதென்று உத்தரவிடப்பட்டது.

பலவிதமான முயற்சிகள், போராட்டங்களுக்குப் பிறகு அந்தப் பலூனைத் தரையிறக்கிப் பார்த்தால்... உள்ளே பையன் இல்லை! அந்தப் பலூனுக்குள் நுழைவதற்கான வாசலின் கதவு திறந்தபடியிருந்ததால் பலூன் பயணத்தின்போது பையன் கீழே விழுந்திருக்கலாம் என்று கணித்தார்கள். பலூன் பயணம் செய்த பாதையெங்கும் தேடிப்பார்த்தார்கள். பையன் கிடைக்கவில்லை.

இந்தப் பரபரப்புக்கு மத்தியில் ஒரு பத்திரிகையாளர் அந்தப் பலூனைப் பறக்கவிட்ட இடத்திற்கு அருகில் இருந்த கார் ஷெட்டிற்குள் பையன் ஃபால்கன் இருப்பதைக் கண்டுபிடித்தார். அவனை விசாரித்ததில் முதலில் விழித்தான். பிறகு என் பெற்றோர்தான் அங்கே பதுங்கியிருக்கச் சொன்னதாக உளறிவிட்டான்.

அதன்பிறகு தம்பிதியினர் கடுமையாக விமரிசிக்கப்பட... ஒரு பரபரப்பு ஏற்படுத்துவதற்காகவும், தங்களுக்கு மேலும் புகழ் தேடிக் கொள்வதற்காகவும் இது திட்டமிட்டு நடத்திய நாடகம் என்று ஒப்புக் கொண்டார்கள்.

அவர்கள் மீது வழக்கு போடப்பட்டது. விசாரணையின் முடிவில் ரிச்சர்டுக்கு 90 நாட்கள் சிறை வாசமும், அவன் மனைவிக்கு 20 நாட்கள் சிறைவாசமும் மற்றும் 36,000 டாலர்கள் அபராதமும் விதிக்கப்பட்டது.

இந்தக் கலாட்டாவினால் அந்த மீட்பு முயற்சிகளுக்கு அரசாங்கத்திற்கு ஆன மொத்த செலவு இருபது லட்சம் டாலர்கள் என்று ஒரு பத்திரிகை கணக்கிட்டு எழுதியது. அந்த நேரத்தில் மட்டும் கூகுளில் இந்த நிகழ்வைப் பற்றி உலகம் முழுவதும் மிக அதிகம் பேர் தேடியதால் அந்த நிகழ்வுதான் உச்சத்தில் இருந்தது.

சில வருடங்கள் கழித்து ரிச்சர்ட் அந்தப் பலூனை ஏலத்திற்கு விட்டான். அதை 2500 டாலர்களுக்கு ஒருவர் எடுத்தார். இந்தச் சம்பவத்தை அடிப்படையாக வைத்து வெளியிடப்பட்ட ஒரு இசை ஆல்பம் பல விருதுகளைப் பெற்றது.

அமெரிக்காவிலாவது ரிச்சர்ட் போன்றவர்கள் அரசாங்கத்திற்குத்தான் செலவு வைக்கிறார்கள். இங்கே மாஞ் சாக் கயிறுடன் பட்டம் விட்டு உயிர்களையேப் பறித்துக் கொண்டிருக்கிறார்களே சிலர்!

* * *

சதி... சதியைத் தவிர வேறில்லை!

அவன் பெயர் கரண்குமார் காக்ரே. வயது 28. மும்பையில் முக்கியமான பகுதியில் வாழ்ந்து வந்த அவனுக்கு இசையை அடிப்படையாக வைத்து ஒரு திரைப்படம் தயாரிக்க வேண்டுமென்பது ஆசை.

அவள் பெயர் சிம்ரன் சூட். மாடல் அழகி. சினிமாவில் சின்ன வேடங்களில் நடித்து வந்தாள். கவர்ச்சியானப் பெண்ணான அவள் அவன் வசித்த அதே அடுக்குமாடி குடியிருப்பில் குடியிருந்தாள்.

சிம்ரன் சூட் கரண்குமாருக்கு அறிமுகமானாள். இருவரும் பேசிப்பழகத் துவங்கினார்கள். சிம்ரன் சூட் தன்னுடன் தங்கியிருந்த சகோதரன் விஜய் பாலண்டேயை அறிமுகம் செய்தாள். விஜய் பாலண்டே தான் ஒரு பிரபல அரசியல் புள்ளியின் ஏராளமான சொத்துக்களை நிர்வகிக்கும் ஒரு பினாமி என்றான்.

கரண்குமார் கிரிக்கெட் சூதாட்டங்களில் நிறைய பணத்தை முதலீடு செய்வதையும், விலை உயர்ந்த பி.எம்.டபிள்யூ காரை வாங்கியதையும் கவனித்த இவர்கள் கரண்குமாருக்குச் சொந்தமான அபார்ட்மெண்ட்டையும், அவனுடைய காரையும் அபகரிக்கத் திட்டமிட்டார்கள்.

முதல் கட்டமாக கரண்குமாருக்கு போதை மாத்திரை சாப்பிடும் பழக்கத்தை துவக்கி வைத்தாள்

சிம்ரன் சூட். தனக்குத் தெரிந்த ஒரு பிரபல புள்ளியிடமிருந்து கரண்குமாரின் திரைப்படத் திட்டத்திற்காக சில கோடிகள் பெற்றுத் தருவதாக வாக்களித்து நம்ப வைத்தான் விஜய் பாலண்டே. நம்பிய கரண்குமார் அவன் கேட்ட கடன் தொகையைக் கொடுத்தான். அந்தத் தொகையை விஜய் திருப்பித் தரவில்லை. அது தொடர்பாக இருவருக்கும் சின்ன சண்டைகள் வந்தன. மேலும் சிம்ரன் சூட்டுடன் அளவுக்கு மீறி கரண்குமார் உரிமையுடன் பழகியதும் விஜய்க்குப் பிடிக்கவில்லை.

அந்த கரண்குமாரை முழு நேரமும் போதைக்கு அடிமையாக்கி அவனை மிரட்டி பத்திரங்களில் கையெழுத்து வாங்கி சொத்துக்களைப் பெயர் மாற்றிக் கொள்வதாகத் திட்டம். அந்தத் திட்டத்தை நிறைவேற்றுவதற்கு முன்பாக ஒரு நாள் கரண்குமாரின் அபார்ட்மெண்ட்டில் விஜய் பாலண்டேக்கும் கரண்குமாருக்கும் ஏற்பட்ட ஒரு வாக்குவாதம் உச்சத்திற்குப் போக... விஜய் வெறித்தனமாக கத்தியால் குத்த... கரண்குமார் உயிர் போனது.

இரவுவரைக் காத்திருந்த விஜய், கரண்குமாரின் உடலை பல துண்டுகளாக வெட்டினான். பெரிய பிளாஸ்டிக் பைகளில் போட்டான். அவற்றை கரண்குமாரின் பி.எம்.டபிள்யூ காரிலேயே ஏற்றி ஊருக்கு வெளியில் ஹைவேயில் நெடுந்தூரம் சென்று ஓரிடத்தில் பைகளை வீசிவிட்டு காரில் பூனே சென்றான். அங்கே ஒரு நண்பரின் வீட்டில் காரை நிறுத்திவிட்டு வெளிநாடு செல்வதாகவும் திரும்பி வந்ததும் எடுத்துக் கொள்வதாகவும் சொன்னான். மீண்டும் மும்பை திரும்பி விட்டான்.

கரண்குமாரிடமிருந்து எந்தத் தொடர்பும் இல்லாததால் சந்தேகப்பட்ட அவன் குடும்பத்தினர் போலிசை அணுகினார்கள். சிம்ரன் சூட்டை விசாரித்தால் கரண்குமார் எங்கே சென்றிருக்கிறான் என்பது தெரியும் என்று குடும்பத்தினர் நம்பினார்கள்.

காவல்துறை சிம்ரன் சூட்டை அழைத்து விசாரித்தது. அவள் கரண்குமாரைத் தனக்குத் தெரியுமே ஒழிய மற்றபடி நெருக்கமான பழக்கமெல்லாம் கிடையாதென்றும், அவனைப்பற்றி எந்தத் தகவலும் தெரியாதென்றும் மறுத்தாள். அவளின் வார்த்தைகளை அப்படியே நம்பியது போலீஸ்.

போலீஸ் நெடுஞ்சாலையில் கைப்பற்றிய அடையாளம் தெரியாத பிணத்தை தனி வழக்காகவும், கரண்குமார் காணாமல் போன வழக்கை தனி வழக்காகவும் விசாரித்துக்கொண்டேயிருந்தது.

விஜய் பாலண்டே தன் அடுத்த வலையில் சிக்க எந்த மீன் சரியாக இருக்கும் என்று தேடத் துவங்கினான். அந்தேரியில் மூன்று அபார்ட்மெண்டுகளை சொந்தமாக வைத்திருந்த அனுஜ்குமார் டிக்கு அவன் கண்ணில் பட்டான். அனுஜ்குமாரின் தந்தை அருண்குமார் டிக்கு டெல்லியில் வர்த்தகம் செய்து கொண்டிருந்தார். அனுஜ்குமாருக்கு சினிமாவில் நடிகராகும் ஆசை இருந்தது.

வழக்கம்போல சிம்ரன் சூட் மூலம் அனுஜ் குமாரை தொடர்பு கொண்டான். பிறகு தன்னை அறிமுகப்படுத்திக் கொண்டான். நம்பும்படி பேசுவதில் வித்தகனாக விஜய் பாலண்டே அனுஜ்குமாரின் நம்பிக்கைக்கு பாத்திரமான நபராக தன்னை மாற்றிக் கொண்டான். அவனுடைய மூன்று ஃபிளாட்டுகளில் ஒன்றில் இவனே வாடகைக்குக் குடி வந்தான். அடுத்து தனது நிழலுலக நண்பர்களான தனஞ்ஜெய் ஷிண்டே மற்றும் மனோஜ் ஷாஜ்கோஷ் இருவரையும் மற்றொரு ஃபிளாட்டில் வாடகைக்கு குடி வைத்தான்.

அந்த ஃபிளாட்டுகளின் மதிப்பு 50 கோடி. டெல்லியில் இருக்கும் அருண்குமார் டிக்குவுக்கு தன் மகனின் நடவடிக்கைகளின்மேல் நம்பிக்கை இல்லை. அவனை டெல்லிக்கு வரும்படி அழைத்துக் கொண்டிருந்தார். அது தொடர்பாக தந்தை மகன் இருவருக்கும் அடிக்கடி கருத்து வேறுபாடுகள் வந்து கொண்டிருந்தன.

அருண்குமார் டிக்கு டெல்லியிலிருந்து மும்பை வந்து தங்கினார். மற்ற இரண்டு ஃபிளாட்டுகளில் தன் மகன் குடியமர்த்தியிருக்கும் நபர்களின்மேல் அவருக்குச் சந்தேகம் ஏற்பட்டது. அவர்களை உடனடியாக காலி செய்யச் சொல்லி வற்புறுத்தினார். பிரச்சினைகள் செய்தார். விஜய் பாலண்டேயின் இரண்டு நண்பர்களும் தங்கியிருந்த ஃபிளாட்டைக் காலி செய்ய வேண்டியதாயிற்று.

அருண்குமார் டிக்கு உயிரோடு இருக்கும்வரை அந்த ஃபிளாட்களை அடைய விடமாட்டார் என்று புரிந்தது. தன் இரண்டு நண்பர்களுடனும் சேர்ந்து திட்டம் வகுத்தான்.

குறிப்பிட்ட தினத்தில் அனுஜ் குமாரை ஒரு முக்கியமான நபரைச் சந்திக்கலாம் என்று சொல்லி விஜய் பாலண்டே கோவா அழைத்துச் சென்றான். அன்று தனியாக தன் அபார்ட்மெண்ட்டில் இருந்த அருண்குமார் டிக்குவை விஜய் பாலண்டேயின் இரண்டு நண்பர்களும் மடக்கினார்கள். பாத்ரூமில் வைத்து வெட்டினார்கள்.

பட்டுக்கோட்டை பிரபாகர் | 129

அவர்கள் செய்த முட்டாள்தனம் அருண்குமாரின் வாயைப் பொத்தாமல் விட்டதுதான். அருண்குமார் போட்ட அலறல் சத்ததத்தில் மொத்த அபார்ட்மெண்ட்டும் விழித்துக் கொண்டது. விபரீதம் நடந்திருப்பதைப் புரிந்து கதவை உடைக்க முடியாததால் வெளிப்புறம் பூட்டினார்கள். போலீசுக்குச் சொன்னார்கள்.

போலீஸ் வந்து கதவை உடைத்து உள்ளேச் சென்று பார்த்தபோது அருண்குமார் டிக்கு இறந்து கிடந்தார். அந்த இரண்டு கொலைகாரர்களும் ஒரு ஜன்னல் வழியாக தப்பித்துச் சென்றது தெரிந்தது. அவசர அவசரமாக அவர்கள் சென்றதால் ஏராளமான தடயங்களை விட்டுச் சென்றிருந்தார்கள். மிகச் சுலபமாக இருவரையும் மடக்கிப் பிடித்தது போலீஸ். அவர்களோ உடனே இதற்கெல்லாம் மூளை விஜய் பாலண்டே என்று கை காட்டி அவனை மாட்டி விட்டார்கள். அவன் ஏற்கெனவே செய்த கரண்குமார் கொலை பற்றியும் போட்டுக் கொடுத்தார்கள்.

விஜய் பாலண்டேயும் சிம்ரன் சூட்டும் கைது செய்யப்பட்டார்கள். சின்ன கிராமத்திலிருந்து சினிமா தயாரிப்பளாராக வேண்டும் என்கிற கனவுடன் மும்பை வந்த விஜய் பாலண்டே ஹோட்டல் மேனேஜ்மெண்ட் படித்து ஒரு உணவு விடுதியில் வேலை பார்த்து ஒரு பிரபலமான ரவுடிக் கும்பலில் சேர்ந்து சிலமுறை சிறை சென்று திரும்பியவன் என்பதெல்லாம் பிறகு கிடைத்த தகவல்கள்.

விஜய் பாலண்டேயைச் சிறை மாற்றும்போது அவன் தப்பிச் சென்றான். வெளிநாடு சென்று காஸ்மெடிக் சர்ஜரி செய்து தன் முகத் தோற்றத்தை மாற்றிக் கொண்டு மீண்டும் மும்பை வந்தான். அவன் மும்பை திரும்பியதுமே போலீஸ் அவனை மடக்கிப் பிடித்துவிட்டது. இப்போது வழக்கு நடந்து கொண்டிருக்கிறது. விசாரணையில் தெரியவந்த மிக அதிர்ச்சியான உண்மை என்னவென்றால் சிம்ரன் சூட் விஜய் பாலண்டேயின் சகோதரி அல்ல! அவர்கள் முறைப்படி திருமணம் செய்து கொண்ட கணவனும் மனைவியும் ஆவார்கள்.

* * *

மோகம் தரும் சோகம்!

கோரக்பூரில் ஆறு ஆண்கள், இரண்டு பெண்கள் கொண்ட பெரிய குடும்பத்தில் கடைசியாகப் பிறந்தவன் அவன். பள்ளி நாட்களிலேயே அவனுக்கு படிப்பைவிட பேட்மிண்டன் விளையாட்டில்தான் அதிக கவனம் சென்றது.

பெற்றோர் படி படி என்று கட்டாயப்படுத்தவோ, ஏன் விளையாட்டில் எபபோதும் ஈடுபாட்டுடன் இருக்கிறாய் என்று திட்டவோ இல்லை. மாறாக சம்பாதிக்கத் துவங்கியிருந்த அவனுடை மூத்த அண்ணன்கள் அனைவரையும் அழைத்துப் பேசினாள் அந்தத் தாய்.

“இவனுக்கு எதில் ஆர்வமோ அதில் இவன் முன்னேறவும், பெரிய சாதனைகள் செய்யவும் நீங்கள் அனைவரும் கடைசிவரை உதவ வேண்டும்.” என்றாள். சகோதரர்கள் அனைவரும் உற்சாகமாக ஒப்புக்கொண்டு அதை சபதமாகவே ஏற்றார்கள்.

அந்தச் சிறுவனை பேட்மிண்டன் விளையாட்டில் பயிற்சி எடுப்பதற்காக சிறந்த கோச்களிடம் சேர்த்துவிட்டார்கள். முழுமையான ஈடுபாட்டுடன் விளையாட்டைக் கற்றான் அவன்.

மாவட்ட அளவில் துவங்கி பிறகு மாநில அளவில் சிறுவர்களுக்கான அத்தனை போட்டிகளிலும் வென்று பதக்கங்கள், கோப்பைகளாக வீட்டை

நிரப்பத் துவங்கிய அவன் தன் பதினான்காவது வயதில் அகில இந்தியப் போட்டியில் வென்று தேசிய ஜூனியர் சாம்பியன் ஆனான்.

அந்தச் செய்தியை ரேடியோவில் கேட்ட குடும்பம் ஆனந்தக் கண்ணீர் விட்டது. தேசிய ஜூனியர் சாம்பியன் பட்டம் கொடுத்த உற்சாகத்தில் இன்னும் தீவிரமாக பயிற்சிகளில் இறங்கிய அவன் பதினெட்டாவது வயதில் சீனியர்களுக்கான போட்டிகளில் கலந்துகொண்டு தேசிய சாம்பியன் ஆனபோது உலகமே அவனைப் பார்த்து வியந்தது. சீனியர் சாம்பியன் போட்டிகளில் கலந்துகொள்ள வயதுத் தகுதி பதினெட்டு. அதனால் அந்தச் சாதனையை அந்த வயதில் செய்ததாகவும், சீனியர்களுக்கான தன்னம்பிக்கையுடன் பேட்டி கொடுத்து அசத்தினான் அவன்.

1980ஆம் வருடம் அவன் செய்த அந்தச் சாதனையை அடுத்த எட்டு வருடங்களுக்கு அவன் விட்டுக் கொடுப்பதாக இல்லை. 1980 முதல் 1987 வரை வரிசையாக எட்டு வருடங்கள் இந்திய தேசிய பேட்மிண்டன் சாம்பியன் அவன்தான். இப்படி வரிசையாக எட்டு முறை எந்த நாட்டிலும் எந்த வீரனும் தேசிய சாம்பியனாக திகழ்ந்து சாதித்ததில்லை.

1988. சக பேட்மிண்டன் விளையாட்டு வீராங்கனையான அமிதா குல்கரிணியை காதலித்து திருமணம் செய்துகொண்டான். அந்த வருடம் நடந்த தேசிய சாம்பியனுக்கான விளையாட்டுப் போட்டியில் முதல் முறையாக சறுக்கலைச் சந்தித்து தோற்றுப் போனான்.

வெற்றிபெறாத திருமணம் காரணமாக மிகுந்த மன உளைச்சல்களில் அவன் இருந்ததே இந்தத் தோல்விக்குக் காரணம் என்று ஸ்போர்ட்ஸ் பத்திரிகைகள் எழுதின. இந்தியாவில் விளையாட்டுத் துறைக்கான மிக உயர்ந்த விருதான அர்ஜுனா விருதைப் பெற்ற அந்த வீரன் அழகான பெண் குழந்தைக்கு தந்தையானான். அகன்க்ஷா என்று பெயர் சூட்டினான்.

லக்னோ நகரில் வசித்த அவன் பிறந்து இரண்டே மாதமாகியிருந்த தன் செல்லக் குழந்தையைக் கொஞ்சிவிட்டு பாபு ஸ்டேடியத்திற்கு வழக்கம் போல பயிற்சிக்குச் சென்றான். பயிற்சி முடித்துவிட்டு ஸ்டேடியத்திற்கு வெளியே வந்த அவன் சுடப்பட்டான். அந்த இடத்திலேயே உயிரை விட்ட அவனுக்கு அப்போது வயது 26.

நமது நாட்டின் பேட்மிண்டன் நட்சத்திர வீரர் பிரகாஷ் படுகோனே போல மிகப் பிரமாதமாக சர்வதேச அளவில்

ஜொலித்திருக்க வேண்டிய ஒரு இளம் வீரனின் வாழ்வை சில புல்லட்கள் முடித்து வைத்தன.

அந்த வீரனின் பெயர் சையதுமோடி. ரயில்வேயில் அவன் பணியாற்றியதால் ரயில்வே நிர்வாகம் சையது மோடியின் நினைவாக சையது மோடி ரயில்வே ஸ்டேடியம் மற்றும் ஆடிட்டோரியத்தை கட்டியது. சையது மோடி கிராண்ட் ப்ரிக்ஸ் என்று அவனுடைய பெயரில் விளையாட்டுப் போட்டிகளை நடத்தி பரிசளித்து வருகிறது பேட்மிண்டன் அசோசியேஷன்.

என்ன நடந்தது? இந்தியாவின் ஒரு நம்பிக்கை நட்சத்திரம் எதற்காகச் சுடப்பட்டான்? இந்தக் கொலை நடந்து முடிந்து 27 வருடங்கள் ஆன நிலையிலும் சரியான காரணம் வெளிவரவில்லை. ஆனால் வழக்கின் விபரங்களை உன்னிப்பாக கவனித்தால் காரணம் மிகத் தெளிவாகப் புரியும்.

ஸ்டேடியத்திற்கு வெளியே சையதுமோடி வந்தபோது ஒரு பைக் வேகமாக வந்ததாகவும், அதில் இருவர் இருவரில் பின்னால் அமர்ந்திருந்தவன் துப்பாக்கியால் சுட்டதாகவும் கண்ணால் பார்த்த சாட்சி ஒருவன் தெளிவாகச் சொன்னான். ஆனாலும் இந்த வழக்கின் விசாரணை நத்தை வேகத்தில் நகர்ந்ததாலும், பத்திரிகைகள் காவல்துறையைக் கண்டித்து குரல் கொடுத்ததாலும் வழக்கு சி.பி.ஐ.க்கு மாற்றப்பட்டது. அதன்பிறகே விசாரணை துரிதப்படுத்தப்பட்டு ஏழுபேர் கைது செய்யப்பட்டார்கள்.

அந்தச் சமயத்தில் உத்திர பிரதேசத்தின் விளையாட்டுத் துறை அமைச்சராக இருந்தவர் ராஜா சஞ்சய்சிங். அவர் சையதுமோடி மற்றும் அவரின் மனைவியான அமிதா மோடிக்கு அவர்களின் திருமணத்திற்கு முன்பே அறிமுகமாகி நன்கு பழகிக் கொண்டிருந்த நண்பர். சையது மோடிக்கும் அமிதா மோடிக்கும் திருமணம் செய்து வைத்ததே சஞ்சய்சிங்தான்.

கைது செய்யப்பட்ட ஏழு பேர்களில் இருவர் அமைச்சர் சஞ் சய் சிங் மற்றும் சையது மோடியின் மனைவி அமிதா மோடி. திருமணத்திற்கு முன்பிருந்தே அமிதா மோடிக்கும் சஞ்சய் சிங்குக்கும் ரகசிய தொடர்பு இருந்ததாகவும், இது தொடர்பாக சையது மோடிக்கும், அமிதா மோடிக்கும் அடிக்கடி சண்டைகள் ஏற்பட்டு வந்ததாகவும் கூலிப்படை வைத்து இந்தக் கொலையை இவர்கள் இருவரும் திட்டமிட்டு நடத்தியிருக்க வேண்டும் என்றும் குற்றம் சாட்டியது அரசுத் தரப்பு.

தங்கள் தரப்பின் ஆதாரங்களாக அவர்கள் சமர்ப்பித்தவற்றில் முக்கியமானவை சையதுமோடி மனம் வெறுத்துப் போய்

தற்கொலை செய்யும் மனநிலையில் இருப்பதாகத் தன் தாயாருக்கு எழுதிய கடிதம், மற்றும் அமிதா மோடியின் பழைய டைரி. அந்த டைரியில் உள்ள பதிவுகிளிலிருந்து அவருக்கும் சஞ்சய் சிங்கிற்கும் இருந்த காதலை உணர முடியும்.

இந்த வழக்கில் சஞ்சய் சிங்கும் அமிதா மோடியும் தங்கள் மீதான குற்றச்சாட்டை அடியோடு மறுத்தார்கள். அவர்கள் சார்பாக வாதாடியவர்கள் பிரபலமான வக்கீல் ராம்ஜெத்மலாணியும், அவரின் மகள் ராணியும். டைரியில் உள்ள பதிவுகள் ஒரு பெண்ணின் மன சஞ்சலத்தைக் காட்டுவதாகும். ஒரு பெண்ணுக்கு இப்படியான உணர்வுகள் ஏற்படுவது சகஜமே. ஆனால் அமிதா இறுதியில் சையது மோடியை அதிகம் விரும்பியதால்தான் அவரைத் திருமணம் செய்துகொண்டு அதன் பிறகு அவர் தன் கணவருக்கு உண்மையாகத்தான் வாழ்ந்து வந்தார் என்று அவர்கள் வாதிட்டார்கள்.

கைது செய்யப்பட்ட சஞ்சய் சிங், அமிதா மோடி இருவருக்கும் இந்தக் கொலை வழக்கிலோ சதியிலோ எந்தச் சம்பந்தமும் இல்லை என்று அவர்களை வழக்கிலிருந்து விடுவித்தது நீதி மன்றம். மீதி ஐந்து பேர்களில் இரண்டு பேர் பெயிலில் வெளி வந்தபோது மர்மமான முறைகளில் சுட்டுக் கொல்லப்பட்டார்கள். அந்த வழக்குகளில் இன்றுவரை குற்றவாளிகள் கண்டுபிடிக்கப்படவில்லை. மீதி மூன்று பேரில் ஒருவருக்கு சந்தேகத்தின் பலனை அளித்து விடுதலை செய்தது கோர்ட். மிச்சம் இரண்டு பேரில் ஒருவன் பைக்கை ஓட்டி வந்தவன். இன்னொருவன் சுட்டவன. பைக்கை ஓட்டி வந்தவனும் விடுதலை செய்யப்பட்டான். சுட்டவனுக்கு மட்டும் ஆயுள் தண்டனை தரப்பட்டது. உயர்நீதி மன்றம் தன் தீர்ப்பில் அரசுத் தரப்பு கடைசிவரை சுட்டதற்கான சரியான காரணத்தை நிரூபிக்கவில்லை என்றே குறிப்பிட்டது.

இப்போது சில தகவல்கள்: 1. ஏற்கனவே திருமணமான சஞ்சய் சிங் அமிதா மோடியை பிறகு இரண்டாவது திருமணம் செய்து கொண்டார். 2. காங்கிரஸ் கட்சியில் இருந்த அவர் பாரதீய ஜனதா கட்சிக்கு மாறினார். 3. வழக்கின் விசாரணையின்போது பாரதப் பிரதமராக இருந்த வி.பி.சிங்கும் சஞ்சய் சிங்கும் உறவினர்கள்.

அரசியல் செல்வாக்கும், திறமையான வக்கீலும் இருந்தால் இந்தியாவில் என்ன வேண்டுமானாலும் செய்ய முடியும் என்பதற்கு மற்றும் ஒரு சாட்சியே இன்னும் உயரங்களுக்குச் சென்றிருக்க வேண்டிய சையதுமோடியின் மரணம்!

* * *

புகழின் உச்சத்தில் வீழ்ச்சி!

தமிழ் சினிமாவில் இந்த நடிகர் அடைந்த வெற்றியையும் புகழையும் அப்போது உலகமே திரும்பிப் பார்த்தது. இவரின் உடையும், சிகை அலங்காரம் இளைஞர்களால் காப்பியடிக்கப்பட்டது. பெண்கள் இவர் அழகிலும் குரலிலும் கிறங்கிப் போனார்கள். 'உங்களோடு ஒரே ஒரு நாள் மனைவியாக வாழந்துவிட்டு தற்கொலை செய்துகொள்ளவும் தயார்' என்று சிலர் கடிதங்கள் எழுதினார்கள்.

ஒன்பது படங்களிலேயே புகழின் உச்சத்தைத் தொட்ட இவர் ரயிலில் பயணிக்கிறார் என்று தெரிந்தால் வழியெல்லாம் ரயிலை கட்டாயமாக நிறுத்தி ரசிகர்கள் இவரை தரிசிக்கத் துடித்தார்கள்.

அவர்தான் தியாகராஜ பாகவதர். 1934இல் இவர் நடித்த முதல் திரைப்படம் பவளக்கொடி. இதில் இடம்பெற்ற பாடல்கள் மொத்தம் 60. இந்தப் படத்திற்கு பாகவதருக்கு வழங்கப்பட்ட சம்பளம் ரூபாய் ஆயிரம். படம் சூப்பர் ஹிட்.

மேடைகளில் கச்சேரியும் செய்து தன் இனிமையான குரலால் லட்சக்கணக்கான ரசிகர்களை ஈர்த்த இவர் சாஸ்த்ரீய சங்கீதத்துடன் தமிழிசைப் பாடல்களும் பாடியவர். இவருடைய திரைப்படமான ஹரிதாஸ் செய்த சாதனையைத் தமிழ் சினிமா வரலாற்றில்

எந்தப் படமும் செய்யவில்லை. 1944, 1945, 1946ஆம் வருடங்களில் மூன்று தீபாவளிகளைக் கண்டு வசூலை அள்ளிக் கொட்டிய படம் அது.

இவர் நடித்த சிந்தாமணி என்னும் திரைப்படத்தை வெளியிட்டு அதில் சம்பாதித்த எக்கச்சக்கமான பணத்தை வைத்து ஒரு சினிமா தியேட்டரே கட்டி அதற்கு சிந்தாமணி என்றே பெயரும் வைத்தார் ஒரு திரையரங்க அதிபர்.

இந்தப் புகழ்மிக்க மனிதரின் வாழ்வில் நிகழ்ந்த திருப்பு முனைச் சம்பவம்... பாகவதர் ஒரு கொலை வழக்கில் கைது செய்யப்பட்டார். அவர் கைது செய்யபட்டதை ரேடியோவில் கேட்டறிந்த ரசிகர்கள் கொந்தளித்தார்கள். காவல்துறையைக் கண்டித்து ஆர்ப்பாட்டம் நடத்தினார்கள். பெண்கள் கதறியழுதார்கள்.

இந்தக் கொந்தளிப்பு அடங்குவதற்குள் மற்றும் ஒரு பூகம்பச் செய்தி வந்து இறங்கியது. மற்றும் ஒரு புகழ்மிக்க நகைச்சுவை நடிகர் என்.எஸ்.கிருஷ்ணனும் அதே கொலை வழக்கில் கைது செய்யப்பட்டார்.

பிந்திய காலத்தில் சிலுக்கு, வடிவேலு போல என்.எஸ்.கிருஷ்ணன் அந்தப் படத்தில் நடித்தால் எந்தச் சுமாரான படமும் வசூல் சாதனை செய்யும். திரைப்படங்களில் மட்டுமல்லாது அவர் மேடை நாடகங்களிலும் உச்சத்தில் இருந்தார்.

அந்த இரண்டு பிரபலங்களும் எதற்காகக் கைது செய்யப்பட்டார்கள்? கொலை செய்யப்பட்டவர் யார்? அவர் லட்சுமிகாந்தன். வில்லங்கமான ஆசாமி. ஒரு பத்திர மோசடி வழக்கில் கைது செய்யப்பட்டு கோர்ட்டுக்கு அழைத்து வரப்பட்டபோது நைசாக நழுவி தப்பிச் சென்றவர். பிறகு மீண்டும் கைது செய்யப்பட்டு அந்தமான் சிறைக்கு அனுப்பப்பட்டவர்.

தண்டனை காலம் முடிந்து வெளியே வந்து லட்சுமிகாந்தன் சினிமா தூது என்று ஒரு பத்திரிகை நடத்தினார். அந்தப் பத்திரிகையில் பிரபல நட்சத்திரங்களின் அந்தரங்க வாழ்க்கையைப் பற்றி கொச்சையாக எழுதி வந்தார். அந்தப் பத்திரிகை பரபரப்பாக விற்றது. திரையுலகப் பிரபலங்கள் லட்சுமிகாந்தன் தங்களைப் பற்றி எழுதிவிடுவாரோ என்று பயந்தார்கள். அவருக்கு பணமும் கொடுத்து வந்தார்கள்.

தியாகராஜ பாகவதர், என்.எஸ்.கிருஷ்ணன் மற்றும் சிலர் அந்த மஞ்சள் பத்திரிகை தடை செய்யப்பட வேண்டுமென்று மனு எழுதி கவர்னரிடம் கொடுத்தார்கள். கவர்னர் அந்தப் பத்திரிகையைத்

தடை செய்ய உத்தரவிட்டார். லட்சுமிகாந்தன் இந்து நேசன் என்கிற வேறு ஒரு பத்திரிகையை விலைக்கு வாங்கி பிரபலமாக இருந்த யாரையும் விட்டு வைக்காமல் அந்தரங்க விஷயங்களைத் தொடர்ந்து எழுத... அந்தப் பத்திரிகையும் மிகப் பிரபலமானது. ஒரு அணா(6 பைசா) விலையில் விற்ற இந்துநேசன் இதழை கடைக்காரர்கள் பதுக்கி வைத்து எட்டணா, ஒரு ரூபாய் என்று அதிக விலைக்கு விற்றார்கள்.

பாகவதர், மற்றும் என்.எஸ்.கே மேல் ஆத்திரத்தில் இருந்த லட்சுமிகாந்தன் புதிய பத்திரிகையில் இவர்களைப் பற்றி விடாமல் அவதூறாய் எழுதத் துவங்கினார். இந்தச் சூழ்நிலையில்தான் 1944ஆம் வருடம் நவம்பர் 8ஆம் தேதி யாரோ ரெண்டு பேரால் லட்சுமிகாந்தன் மடக்கப்பட்டு கத்தியால் குத்தப்பட்டார். ரத்தம் சொட்டும் அந்தச் சூழ்நிலையிலும், தன் வக்கீல் நண்பர் அலுவலகம் சென்று ஆலோசனை பெற்று அருகாமை காவல் நிலையத்தில் புகார் கொடுத்துவிட்டுப் பிறகுதான் மருத்துவமனைக்குச் சென்று சிகிச்சைப் பெற்றார்.

லட்சுமிகாந்தன் ஒருநாள் முழுவதும் உணர்வோடும் பேசும் சக்தியுடனும்தான் இருந்தார். அவர் முதலில் காவல்துறையில் சொன்ன வார்த்தைகள் 'அவன் என்னைக் கத்தியால் குத்திவிட்டான்' என்பதே. அவரின் புகாரிலும் பாகவதர், என்.எஸ்.கே பெயர்கள் இல்லை. மறுநாள் அவர் இறந்து போனதும் கொலை முயற்சி வழக்கு கொலை வழக்காக மாறியது.

போலீசாரின் விசாரணையில் முன்பகை இருந்துவந்த வடிவேலு என்பவர் தன் நண்பருடன் சேர்ந்து இந்தக் கொலை செய்ததாக தெரிய வந்தது. அவர்கள் கைது செய்யப்பட்டார்கள். அடுத்தக்கட்ட விசாரணையில் இந்தக் கொலைச் சதியில் ஏழுபேர் ஈடுபட்டிருப்பதாகவும், லட்சுமிகாந்தனை கொலை செய்யச் சொல்லி திட்டம் போட்டுக் கொடுத்து பணமும் கொடுத்ததாகவும் பாகவதர், மற்றும் என்.எஸ்.கிருஷ்ணன் மேல் குற்றம் சாட்டியது போலீஸ். அவர்களின் பிரதான ஆதாரம்... அப்ரூவராக மாறி பிரபலங்களின் சதி இது என்று நித்தியானந்தம் என்பவர் கொடுத்த வாக்குமூலமே.

கைது செய்யப்பட்ட இருவருக்கும் முதலில் பெயில் கிடைக்கவில்லை. பிறகு போராடிப் பெற்றார்கள். வழக்கு நடந்தது. இருவருமே தங்கள் குற்றங்களை மறுத்தார்கள். குறிப்பிட்ட தினத்தில் தாங்கள் ஊரிலேயே இல்லை என்று திறமையான வக்கீல்கள் மூலம் வாதிட்டார்கள். ஆனால் ஒன்பது ஜுரிகளை வைத்து

நடந்த வழக்கில் செஷன்ஸ் கோர்ட்டில் ஆறுபேர் அவர்கள் சதி செய்ததாகவும், மூன்றுபேர் அவர்கள் சதி செய்யவில்லை என்றும் கருத்து சொல்ல... அதன் அடிப்படையில் அவர்கள் குற்றவாளிகள் என்று தீர்ப்பு வந்தது.

மாலைகளோடு கோர்ட்டுக்கு வந்த ரசிகர்கள் அதிர்ந்து போனார்கள். அவர்களை அழைத்துச் செல்ல ஒரு அலங்கரிக்கப்பட்ட கார்கூட அங்கு தயாராக நிறுத்தப்பட்டிருந்தது. ஆத்திரப்பட்ட ரசிகர்கள் கோர்ட் உள்ளே நுழைந்து கையில் கிடைத்த பொருட்களையெல்லாம் அடித்து நொறுக்க... காவல்துறையினர் தடியடி நடத்தினார்கள்.

இருவரும் ஹை கோர்ட்டில் அப்பீல் செய்தார்கள். அங்கும் அவர்களுக்கு வெற்றி கிடைக்கவில்லை. அப்போது இந்தியாவில் உச்சநீதி மன்றம் இல்லாததால் லண்டனில் இருந்த பிரிவியூ கவுன்சில் மிகச் சிறந்த வக்கீல்கள் மூலம் வாதிட்டார்கள். ஹை கோர்ட் இந்த வழக்கை மீண்டும் விசாரிக்க வேண்டும் என்கிற அறிவுரை வழங்கப்பட்டது.

மறு விசாரணையில் இவர்கள் குற்றவாளிகள் இல்லை என்று தீர்ப்பு வந்தது. இரண்டு வருடங்களுக்கு மேலாக நடந்த இந்த சட்டப் போராட்டத்தில் மனம் நொந்தார் பாகவதர். வழக்கின் செலவுக்காகப் பல சொத்துக்களை இருவரும் விற்றார்கள். அப்போது அவர்களுக்காக வாதாடிய முன்ஷி என்னும் பிரபல வக்கீலுக்கு ஒரு நாளைக்கு 75,000 ரூபாய் வழங்கப்பட்டது. அப்போது அவர் ஒப்பந்தமாகியிருந்த 9 படங்களுக்காக பெற்ற அட்வான்ஸ் தொகையைத் திருப்பியளிக்க வேண்டியிருந்தது.

தன் சொந்த ஊரான திருச்சிக்குத் திரும்பிய பாகவதர் மனம் வெறுத்து இனி திரைப்படங்களில் நடிக்க மாட்டேன் என்றார். பலரும் வற்புறுத்தியதால் மீண்டும் சினிமாக்களை தயாரித்து நடித்தார். ஆனால் அவரின் புகழ் மங்கியிருந்ததால் தோல்விகளையேத் தழுவினார். தங்கத் தட்டில் சாப்பாடு, பட்டாடை, பத்து விரல்களில் மோதிரம், வெள்ளி ஊஞ்சல், அரண்மனை வீடு, சொந்தமாக குதிரை, பலவகை கார்கள் என்று ஆடம்பரமாக வாழ்ந்த பாகவதரின் நிலை மாறிப்போய் உடல்நிலையும் கெட்டு நீரிழிவு நோய் ஏற்பட்டு தனது 49ஆவது வயதில் இறந்து போனார்.

இருவரும் சிறையில் இருந்தபோது சிறை மீட்பு குழு என்று ஒன்று திருச்சியில் அமைக்கப்பட்டது. அதில் பெரியார்,

கி.ஆ.பெ.விஸ்வநாதன் போன்றோர் இருந்தார்கள். பெரியாரும், அண்ணாவும் இருவரையும் விடுவிக்க வேண்டும் என்று பல கூட்டங்களில் பேசினார்கள்.

இந்த வழக்கில் இன்று வரை முடிச்சு அவிழாத மர்மக் கேள்விகள் சில: 1. அப்ரூவராக மாறிய நித்தியானந்தம் ஹை கோர்ட்டில் வாக்குமூலம் தந்தபோது பல்டியடித்து என்னை அப்படிச் சொல்லச் சொல்லி போலீசார் வற்புறுத்தினார்கள் என்று சொன்ன போதும், அவரின் முதல் வாக்குமூலத்தின் அடிப்படையில் ஜுரிகள் ஏன் தவறான தீர்மானத்திற்கு வந்தார்கள்? 2. லட்சுமிகாந்தன் தன் புகாரில் இந்த இருவரின் பெயர்களைக் குறிப்பிடவே இல்லை எனும்போது இவர்களை இந்த வழக்கில் காவல்துறை சேர்த்தது இவர்களின் அசுரத்தனமான வளர்ச்சியைத் தடுக்க நினைத்த தொழில் எதிரிகள் செய்த சதியா?

* * *

ரத்தத்தில் செய்த சபதம்!

இந்திய சுதந்திரப் போராட்டத்தில் நிகழ்ந்த முக்கிய நிகழ்வுகளில் ஒன்று திருநெல்வேலி கலெக்டராக இருந்த ஆங்கிலேயர் ஆஷ் வாஞ்சிநாதனால் சுடப்பட்டது.

104 வருடங்களுக்கு முன்பு 1911இல் நிகழ்ந்தது இந்தக் கொலை. நிகழ்ந்த இடம் மணியாச்சி ரயில் நிலையம். திருமணமான 25 வயது இளைஞரான வாஞ்சிநாதன் வனத்துறையில் பணி புரிந்தபடி வாய்ப்பு கிடைத்தால் நம் நாட்டில் ஊடுருவிய வெள்ளையர்களைக் கொலை செய்ய வேண்டும் என்கிற வெறியுடன் இயங்கிய ஓர் அமைப்பில் இருந்தவர்.

17.06.1911 அன்று ஆஷ் தன் மனைவி மேரியுடன் கொடைக்கானலில் படித்த தனது பிள்ளைகளைப் பார்க்க திருநெல்வேலியில் இருந்து ரயிலில் புறப்பட்டான். மணியாச்சியில் அவன் வந்த ரயில் பெட்டி வேறு ரயிலில் கோர்க்கப்பட காத்திருந்தது. ஆஷின் பாதுகாவலர் தண்ணீர் பிடிக்கப் போன இடைவெளியில் வாஞ்சிநாதன் அந்தப் பெட்டியில் நுழைந்தார். ஆஷின் மார்புக்கு நேராக பெல்ஜியம் நாட்டின் தயாரிப்பான பிரவுனிங் வகை துப்பாக்கியை நிமிர்த்தினார். மூன்று முறை சுட்டார்.

ஆஷின் மனைவி மேரி அலற, ஓடிவந்த பாதுகாவலர் வாஞ்சிநாதனைத் துரத்த,

வாஞ்சிநாதன் பிளாட்பார கழிவறைக்குள் நுழைந்து கதவை அடைத்துக் கொண்டார். காவலர்கள் கழிவறையின் கதவைத் திறந்து பார்த்தபோது அங்கே வாஞ்சிநாதன் தன்னைத் தானே சுட்டுக்கொண்டு தற்கொலை செய்து கொண்டதை உணர்ந்தார்கள்.

அவருடைய சட்டைப் பாக்கெட்டில் இருந்த இரண்டு காகிதங்களில் ஒன்று பிரான்சில் இருந்து வெளிவந்த 'வந்தே மாதரம்' பத்திரிகையின் தலையங்கப் பகுதி. அதில் 'வெள்ளையர்களைக் கொன்று பாரத மாதாவுக்கு ரத்த அபிஷேகம் செய்ய வேண்டும்' என்று எழுதப்பட்டிருந்தது. மற்றொன்று, காவல்துறைக்கு வாஞ்சிநாதன் எழுதி வைத்திருந்த கடிதம் அதில் 'ராமனும், கிருஷ்ணனும் வாழ்ந்த புண்ணிய பூமியை ஆங்கிலேயர்கள் அரசாள்வதா? ஒவ்வோர் ஆங்கிலேயனுக்கும் நமது பாரதத்தின் புத்திரர்கள் நான் செய்ததைப் போலவே செய்வதுதான் கடமை' என்று எழுதப்பட்டிருந்தது.

காவல்துறை வாஞ்சிநாதனின் இல்லத்தில் சோதனை போட்டபோது நடந்த கொலை தனி மனிதச் செயல் அல்ல என்பதும், இந்தச் சதியில் பலர் சம்பந்தப்பட்டிருக்கிறார்கள் என்பதும் தெரிந்தது. கிடைத்த ஆதாரங்களின் அடிப்படையில் ஆறுமுகப் பிள்ளை, சோமசுந்தரம் என்கிற இருவர் கைது செய்யப்பட்டார்கள். அவர்கள் இருவரும் அரசுத் தரப்பின் சாட்சிகளாக மாறுவதாகச் சொல்லி அப்ரூவர் ஆனார்கள். நடந்த கொலையை யாரெல்லாம் சேர்ந்து, எப்படி எல்லாம் திட்டம் தீட்டினோம் என்று விரிவாகச் சொன்னார்கள். அவர்கள் கொடுத்த தகவல்களை வைத்து மொத்தம் 16 பேரைக் கைது செய்ய காவல்துறை பட்டியல் போட்டது. காவல்துறை கெடுபிடிகளுக்கு பயந்து 16 பேர்களில் இருவர் தற்கொலை செய்துகொள்ள, மீதி 14 பேர்களும் கைது செய்யப்பட்டார்கள்.

இந்த அமைப்பின் தலைமைப் பொறுப்பில் இருந்து செயல்பட்டவர் நீலகண்ட பிரம்மச்சாரி. அவரும் குழுவினரும் அடிக்கடி கூடி சதித் திட்டங்களைப் பேசி வடிவமைப்பார்கள். ஆஷ் கொலையைப் பற்றி முடிவெடுத்தும் அதைச் செயல்படுத்துவது யார் என்று கேள்வி வந்தது. அனைவருமே அதைச் செய்து முடிக்க முன்வந்ததால், அனைவரின் பெயர்களும் எழுதிப் போடப்பட்டு குலுக்கல் முறையில் தேர்வு செய்யப்பட்டவர்தான் வாஞ்சிநாதன்.

இந்தச் சதித் திட்டத்தில் பங்கிருந்ததாக மேலும் ஐந்து பேரை ஆங்கில அரசு சந்தேகப்பட்டது. அந்த ஐவரையும் கைதுசெய்ய உத்தரவும் போட்டது. ஆனால் அவர்களில் மாடசாமிப் பிள்ளை

என்கிறவர் தலைமறைவானார். அவர் என்ன ஆனார் என்பது இன்றுவரைத் தகவலில்லை. மீதி நான்கு பேரும் பாண்டிச்சேரி சென்று தங்கிவிட்டதால் அங்கு சென்று அவர்களைக் கைது செய்ய இயலவில்லை.

அப்போது பாண்டிச்சேரி பிரெஞ்சுக்காரர்களின் ஆதிக்கத்தில் இருந்ததால் அங்கு சென்று யாரையும் கைது செய்வதானால் அதற்கு பாண்டிச்சேரி அரசின் சம்மதமும் அனுமதியும் தேவை. அதை அத்தனை சுலபமாகப் பெற முடியாது. அங்கே பதுங்கியிருந்த நான்கு பேரையும் ரகசியமாகக் கண்காணித்து அவர்கள் தமிழக எல்லைக்குள் வரும்போது கைது செய்யத் தயாராக ஒற்றர்களையும் காவலர்களையும் நியமித்தது அரசு.

இந்தக் கொலை வழக்கில் சம்பந்தப்பட்ட 14 பேர்களையும் குற்றவாளிகள் என்று மூன்று நீதிபதிகளைக் கொண்ட பெஞ்சில் இரண்டு நீதிபதிகளின் கருத்தின் அடிப்படையில் கோர்ட் தீர்மானித்தது. அதை எதிர்த்து உயர்நீதிமன்றத்தில் அப்பீல் செய்யப்பட்டது. அங்கு ஐந்து நீதிபதிகள் கொண்ட பென்ச் நியமிக்கப்பட்டது. அவர்களில் மூன்றுபேர் இவர்களைக் குற்றவாளிகள் என்று கருதியதால் அனைவருக்கும் சிறைத் தண்டனை உறுதியானது.

குறிப்பாக ஆஷ்மேல் வாஞ்சிநாதனுக்கு மிகுந்த கோபம் ஏற்படக் காரணம் சுதந்திரப் போராளிகளுக்கு எதிராக ஆஷ் எடுத்த பல நடவடிக்கைகள். குறிப்பாக வ.உ.சி.யை ஆஷ் தன் எதிரியாகவேக் கருதினான். வெள்ளையர்களுக்கு எதிராக சுதேசிப் பொருட்களைத் தயாரிப்பதும், மக்களைப் பயன்படுத்த வைப்பதும் நோக்கமாகக்கொண்டு சுதேசி இயக்கம் நிகழ்ந்தபோது தூத்துக்குடியில் வ.உ.சி இரண்டு கப்பல்களை விலைக்கு வாங்கி ஆங்கிலக் கப்பல்களுக்குப் போட்டியாக இயக்கினார்.

அப்போது தூத்துக்குடியில் இருந்து இலங்கைக்குச் செல்ல ஆங்கிலக் கப்பல்கள் வசூலித்த பயணக் கட்டணம் 16 அணா. (அதாவது ஒரு ரூபாய்) வ.உ.சி. தனது கப்பல்களில் எட்டணா மட்டுமே வசூலித்தார். மக்கள் ஆர்வத்துடன் சுதேசிக் கப்பல்களில் பயணம் செய்யத் தொடங்கினார்கள்.

அப்போது தூத்துக்குடியில் உதவிக் கலெக்டராக இருந்தவன் ஆஷ். வ.உ.சி.யின் கப்பல் வணிகத்தை நசுக்குவது என்று முடிவெடுத்த ஆஷ் ஆங்கிலக் கப்பல்களை கட்டணமே இல்லாமல் இலவசமாக இயக்க உத்தரவிட்டான். அது தவிர

பயணம் செய்யும் பயணிகளுக்கு இலவசமாக ஒரு குடையும் கொடுத்தான். (ஆக, மக்களுக்கு இலவசம் தரும் கவர்ச்சித் திட்டத்தையும் நமக்குக் கற்றுக்கொடுத்தவன் ஆங்கிலேயனே) அதனால் சுதேசிக் கப்பல்கள் பயணிக்க ஆளின்றி முடங்கின. மிகப் பெரிய நஷ்டத்தைச் சந்தித்தார் வ.உ.சி. வேறு வழியே இல்லாமல் தனது இரண்டு கப்பல்களையம் ஏலத்தில் விட்டார். அவற்றை ஏலத்தில் எடுத்ததும் ஆங்கிலேய அரசே.

ஆஷ் திருநெல்வேலி மாவட்டத்தின் கலெக்டராக இருந்தபோது நிகழ்ந்த ஒரு சுதந்திரப் போராட்ட ஊர்வலத்தில் துப்பாக்கிச் சூடு நடத்த உத்தரவிட்டான். அதில் நான்குபேர் இறந்தார்கள். அந்தப் போராட்டத்தை முன்னின்று நடத்திய வ.உ.சி.யை ஆஷ் கைது செய்து அவருக்கு கோர்ட்டில் 40 ஆண்டுகள் சிறைத் தண்டனை வாங்கிக் கொடுத்து சிறையில் செக்கிழுக்க வைத்தான்.

வ.உ.சி.யின் மீது அபரிதமான பக்திகொண்ட வாஞ்சிநாதன் இந்தச் சம்பவங்களால் ஆஷ் மீது மாறாத கோபமும் கொலை வெறியும் கொண்டிருந்தார். குலுக்கலில் தன் பெயர் வந்ததும் மகிழ்ந்த வாஞ்சிநாதன் பாண்டிச்சேரி சென்று ஆயுதப் பயிற்சி எடுத்துக்கொண்டு திட்டமிட்டபடி செயல்பட்டார்.

சுதந்திரப் போராட்டத்தின் தமிழக தியாகியான வாஞ்சிநாதனின் பெயரைத் தாங்கி வாஞ்சி மணியாச்சி சந்திப்பு என்று ரயில் நிலையத்தில் பெயர் பலகை மட்டுமே இருக்கிறது. தவிர வாஞ் சிநாதனுக்கு எங்கும் சிலைகள் கிடையாது. ஆனால் ஆஷின் இந்திய விசுவாசிகள் 32 பேர் பணம் போட்டு தூத்துக்குடியில் ஆஷுக்கு ஒரு மணி மண்டபமும், பாளையங்கோட்டையில் ஒரு சிலையும் வைத்தார்கள்.

2011ஆம் வருடம் ஆஷ் சுடப்பட்டு நூறாண்டு ஆன சமயத்தில் ஆஷின் வாரிசுகள் வாஞ்சிநாதனின் குடும்பத்தாருக்கு 'நடந்ததை மறந்து சமாதானமாக இருப்போம்' என்று கடிதம் எழுதி அனுப்பினார்கள். வாஞ்சிநாதனின் குடும்பத்தினர் அதற்கு 'ஆஷின் வாரிசுகள் இந்தியா வந்தால் வரவேற்போம்' என்று மனிதநேயத்துடன் பதில் சொன்னார்கள்.

* * *

விற்பனைக்கு தாஜ்மஹால்!

டெல்லி. ஒரு காலைப் பொழுது. மத்திய அரசாங்கத்தின் முத்திரைப் பதித்த அந்தக் கார் மிகப் பெரிய கடிகாரக் கடைக்கு வந்து நிற்கிறது. அதிலிருந்து ஸஃபாரி உடை அணிந்த, குளிர் கண்ணாடி அணிந்த மிடுக்கான அதிகாரி கையில் ஒரு ஃபைலுடன் இறங்குகிறார்.

அந்தக் கடையை அளவெடுப்பது போலப் பார்க்கிறார். உள்ளே நுழைகிறார். எதிர்ப்படும் ஆசாமியிடம் ‘உங்கள் முதலாளியைப் பார்க்க வேண்டும்’ என்கிறார். தன் விசிட்டிங் கார்டைக் கொடுத்தனுப்புகிறார்.

கடைக்குள்ளேயே இருக்கும் அலுவலக அறையில் இருந்த முதலாளி விசிட்டிங் கார்டில் மத்திய அமைச்சரின் அந்தரங்க காரியதரிசி என்கிற பதவியைப் பார்த்ததும் அடுத்த நிமிடம் ஓட்டமாய் வந்து அவரை வரவேற்கிறார். மிகவும் மரியாதையுடன் அழைத்துச் சென்று அமர வைக்கிறார்.

“அமைச்சர் தன் அலுவலகத்தில் வேலை பார்ப்பவர்களுக்குத் தனது பிறந்த நாளுக்காக ஒரு விருந்து கொடுக்கிறார். அப்போது அனைவருக்கும் ஒரு கைக்கடிகாரம் பரிசு தரவிரும்புகிறார். ஆயிரம் ரூபாய் மதிப்பில் நல்ல கைக்கடிகாரம் கிடைக்குமா?”

“ஆயிரம் மதிப்பில் நிறைய மாடல்கள் இருக்கின்றன. எத்தனை வேண்டும் சார்?”

“எண்பத்தைந்து வேண்டும்.”

பல மாடல்கள் கொண்டுவரப்படுகின்றன. அதில் ஒரு மாடலைத் தேர்வு செய்கிறார் அதிகாரி.

“உங்கள் நபர் யாரையாவது கடிகாரங்களுடன் என்னுடன் அனுப்புங்கள். அமைச்சர் இப்போது அலுவலகத்தில்தான் இருக்கிறார். கையோடு செக் வாங்கிக் கொடுத்து விடுகிறேன்”

கடையின் ஊழியர் கைக் கடிகாரங்கள் கொண்ட பெட்டியுடன் காரில் ஏறிக் கொள்கிறார். கார் பாராளுமன்ற் அருகில் குறிப்பிட்ட அமைச்சரின் அலுவலகம் இருக்கும் கட்டடத்தின் வாசலில் நின்றதும் அதிகாரி இறங்குகிறார்.

ஊழியரை அங்கேயே காத்திருக்கச் சொல்லிவிட்டு அதிகாரி அலுவலகம் உள்ளே செல்கிறார். சில நிமிடங்களில் திரும்பி வருகிறார். அமைச்சர் கையெழுத்திட்ட செக்கை நீட்டுகிறார்.

அவனிடமிருந்து கைக்கடிகாரங்கள் அடங்கிய பெட்டியை வாங்கிக்கொண்டு அதிகாரி அலுவலகம் உள்ளே செல்கிறார். ஊழியர் கடைக்குத் திரும்பி முதலாளியிடம் செக்கைக் கொடுக்கிறார்.

மறுநாள் முதலாளி தன் வங்கிக்குச் சென்று அந்தச் செக்கைக் கணக்கில் போடச் சொல்லும்போதுதான் அதிர்ச்சியான செய்தி சொல்லப்படுகிறது... அந்த செக் ஒரு போலி என்று.

அப்படி அரசு அதிகாரியாக நடித்து ஏமாற்றிய மிதிலேஷ்குமார் என்கிற நட்வர்லால் உலக அளவில் மிகப் பெரிய மோசடி மன்னர்களாகக் கருதப்படும் நபர்களில் ஒருவன். இந்தியாவின் நம்பர் ஒன் மோசடி ஆசாமி.

பீகாரைச் சேர்ந்த நட்வர்லால் ஒரு வழக்கறிஞர். அவன் செய்யாத பித்தலாட்டங்களே இல்லை. வாயைத் திறந்தாலே பொய்கள் அருவியாகக் கொட்டும். கொஞ்சம்கூட சந்தேகம் வராதபடி மிக சாமர்த்தியமாகப் பேசி மயக்கும் வல்லமை படைத்தவன். தன் பேச்சுக்கு ஆதாரமாக அத்தனை போலி ஆவணங்களையும் தயாரித்துக் கொள்வான்.

தமிழில் மிக அதிகமான புனைப் பெயர்கள் வைத்துக்கொண்டு எழுதியவர் ராகி.ரங்கராஜன் அதைப் போல நட்வர்லால் தனக்கு உருவாக்கிக்கொண்ட புனைப்பெயர்கள் மொத்தம் ஐம்பதுக்கும் மேல்.

அவன்மேல் இந்தியாவின் கிட்டத்தட்ட அத்தனை மாநிலங்களிலும் வழக்குகள் இருந்தன. மொத்தம் நூறு வழக்குகளுக்கு மேல் நட்வர்லால் மீது பதிவு செய்யப்பட்டன.

நடவர்லால் மொத்தம் ஒன்பது முறை கைது செய்யப்பட்டு ஜெயிலில் அடைக்கப்பட்டான். அவனுக்கு வழங்கப்பட்ட மொத்த தண்டனை காலம் நூற்று பதின்மூன்று வருடங்கள். ஆனால் அவன் அனுபவித்தது இருபது வருட ஜெயில் தண்டனை. அதையும் அவன் தொடர்ச்சியாக அனுபவிக்கவில்லை. நட்வர்லால் மொத்தம் எட்டுமுறை பல ஜெயில்களிலிருந்தும் தப்பிச் சென்றிருக்கிறான்.

எத்தனைமுறை ஜெயிலில் அடைத்தாலும் கொஞ்சம்கூட திருந்தாமல் ஜெயிலில் இருந்து வெளியே வந்தவுடன் அவன் தன் அடுத்த பித்தலாட்டத்தை ஆரம்பித்து விடுவான். இவனுடைய மோசடிகளுக்கு இலக்கான ஆயிரக்கணக்கான நபர்களில் டாட்டா, பிர்லா, அம்பாணி போன்ற பிரபல தொழிலதிபர்களும் அடங்குவார்கள்.

அவன் செய்த பித்தலாட்டங்களிலேயே சுவாரசியமானவை சிலவற்றை அறிந்தால் ஆச்சரியமாக இருக்கும். ஒரு வெளிநாட்டு நிறுவன அதிபரிடம் தன்னை இந்திய அரசாங்கத்தின் பிரதிநிதியாக அறிமுகப்படுத்திக்கொண்டு, அரசாங்கம் சில காரணங்களால் தாஜ்மஹாலை விற்பனை செய்ய முடிவெடுத்திருப்பதாக நம்பவைத்து அதற்குப் பொருத்தமான ஆவணங்களையும் காட்டி ஒரு பெரிய தொகையையும் வாங்கி விட்டான்.

இதுபோல அவன் மூன்றுமுறை வேறு வேறு நபர்களிடம் தாஜ்மஹாலை விற்றிருக்கிறான். மேலும் செங்கோட்டையையும் விற்றிருக்கிறான். இதில் உச்சம்... நமது பாராளுமன்றத்தின் கட்டடத்தையே விலை பேசியிருக்கிறான். இலவச இணைப்பாக அதில் உள்ள 545 பாராளுமன்ற உறுப்பினர்களையும் சேர்த்து விற்றிருக்கிறான்.

அப்படியென்றால் சம்மந்தப்பட்டவர்களை எத்தனை தூரம் மூளைச் சலவை செய்திருக்க வேண்டும். அவர்களை நம்பவைக்க எத்தனை தூரம் இவன் மெனக்கெட்டிருக்க வேண்டும்.

சாதாரண செக் மோசடியில் துவங்கி மிகப் பெரிய மோசடிகளைச் செய்த இவன் ஒரு சில கூட்டாளிகளையும் தன் நாடகங்களுக்குப் பயன்படுத்தியிருக்கிறான். அவர்களை காவல்துறையினரால் பிடிக்க முடியவில்லை. தனக்கு ஒரு மகன் மட்டுமே என்று இவன் சொன்ன வாக்குமூலம் பொய். நட்வர்லாலுக்கு திருமணமாகி ஒரு

மகள் மட்டும் என்பதே உண்மை. அந்த மகள் ஒரு இராணுவ வீரரை மணந்தார் என்பது ஓர் அழகான முரண்.

நட்வர்லால் கடைசியாக கைது செய்யப்பட்டபோது அவனுக்கு வயது 84. அந்த வயதிலும் மோசடியைத் தொடர்ந்த நட்வர்லால், மோசடியால் சேர்த்த சொத்துக்களை என்ன செய்தான் என்கிற கேள்விக்குத்தான் ஒரு இந்திய ராபின்ஹுட் என்றும் அத்தனை சொத்துக்களையும் ஏழைகளுக்குக் கொடுத்துவிட்டேன் என்றும் பதில் சொன்னான்.

நட்வர்லாலை கடைசியாக காவல்துறையினர் ஜெயிலுக்கு அழைத்துச் செல்லும்போது அவன் சாமர்த்தியமாக தப்பிச் சென்றது 1996இல். அதன்பிறகு அவனைப் பற்றிய தகவல் இல்லை. பிறகு பல வருடங்கள் கழித்து நட்வர்லால் இறந்துவிட்டதாக ஒரு ஆவணத்தை சமர்ப்பித்து அவன்மீது இருந்த வழக்குகளை தள்ளுபடி செய்தது காவல்துறை.

ஆனால் 96லேயே நட்வர்லால் இறந்துவிட்டதாகவும், தான் அவரை எரித்துவிட்டதாகவும் நட்வர்லாலின் சகோதரர் அறிக்கை வெளியிட்டார். ஆகையால் நட்வர்லாலின் மரணத்திலும் ஒரு மர்மம் நீடிக்கிறது. நட்வர்லாலின் மோசடிகளை மையமாக வைத்து ராஜா நட்வர்லால் என்கிற தலைப்பில் அமிதாப்பச்சன் நடித்து ஒரு இந்தி திரைப்படம் வெளியானது. தவிர... அஜ் தக் என்னும் தொலைக்காட்சியில் தொடர் ஒன்றும் வெளியானது.

அவன் அத்தனை பெரிய மோசடி மன்னனாக இருந்தாலும் பீகாரில் அவன் பிறந்த கிராமத்தில் பலர் அவனை இன்றும் ஒரு ஹீரோவாகக் கொண்டாடுகிறார்கள். ஒருவேளை அவன் நிஜமாகவே மோசடிசெய்து சேர்த்தசொத்துக்களை ஏழைகளுக்குக் கொடுத்திருக்கலாமோ என்றுதான் தோன்றுகிறது.

* * *

கொலைகள்! மேலும் கொலைகள்!

குற்றவாளிகள் பிறப்பதில்லை, உருவாக்கப் படுகிறார்கள் என்று சொல்வார்கள். எல்லாக் குற்றவாளிகளின் வாழ்க்கையிலும் அப்படி உருவாவதற்கான சூழல் கண்டிப்பாக இருக்கும். ஒரே இரவில் ஒருவன் கொள்ளைக்காரனாகி விடலாம் என்று தீர்மானம் செய்து கொல்லைக்காரனாக மாறி வங்கியைக் கொள்ளையடிக்க முடியாது. இன்றைக்கு கொலை செய்யலாம் என்று வண்டிக்கு பெட்ரோல் போடுவது மாதிரி சாதாரணமாகச் செய்வதில்லை. கூலிப்படையில் காசுக்காக இரக்கமேயின்றி கொலைகளைச் செய்யும் நபரைக் கேட்டாலும் யாரும் 'இது எனக்குப் பிடித்த பொழுதுபோக்கு' என்று சொல்வதில்லை. எல்லோரிடமும் ஒரு கதை இருக்கும்.

நேனிதாஸின் கதை மிக அழுத்தமானது. அமெரிக்காவில் பிறந்த நேனிதாஸ் தன் சிறு வயதில் பள்ளியில் சேர்ந்து படித்து பெரிய அரசு அதிகாரியாக வரத்தான் ஆசைப்பட்டாள். ஆனால் அவளுக்கு அமைந்த அப்பா அவளை ஒரு பணம் கொடுக்கும் இயந்திரமாகப் பார்த்து வேலைக்கு அனுப்பி சம்பாதித்து வரச் சொன்னான். அங்கேயே அவள் மனதில் விழுந்தது முதல் விரிசல்.

பதின் பருவத்தில் அவளுக்கு ஒரு நல்ல உடை வாங்கித் தந்ததில்லை. அவளுக்கு வயிறார சாப்பாடு

போட்டதில்லை. கொஞ்சம் திருத்தமாக மேக்கப் போட்டுக்கொள்ள அனுமதிக்கவில்லை. வெளியே எங்கும் தனியாகப் போகக்கூடாது. ஆண் நண்பர்களுடன் பழகக் கூடாது, பார்ட்டிகளுக்கு, விழாக்களுக்குப் போகக்கூடாது என்று ஏகப்பட்ட கூடாதுகள்! மனித மனம் மறுக்கப்படுவதைத்தானே விரும்பிச் செய்யும்? எதெல்லாம் வீட்டில் மறுக்கப்பட்டதோ அதையெல்லாம் பிடிவாதமாக நாடியது அவளின் மனம்.

அவள் கனவுகளில் மிதந்தாள். கற்பனை சுகத்தில் மகிழ்ந்தாள். மனதில் காதல் பொங்கி வழிந்தது. காதல் தொடர்பான புத்தகங்களை மட்டுமே படித்தாள். பத்திரிகைகளுக்கு காதல் பற்றித் தன் பெயர் போடாமல் கட்டுரைகள் எழுதி அனுப்பினாள். மற்றவர்களின் காதல் அனுபவங்களை ஆர்வமாகக் கேட்டாள். ஆனால் அவளின் காதலைப் பகிர்ந்துகொள்ள ஓர் ஆண் மகனைச் சந்திக்கவில்லை. சந்திக்க வாய்ப்பு அமையவில்லை.

16 வயதில் பெற்றொர் பார்த்து வைத்த திருமண வாழ்வை ஏற்று ஆயிரம் கனவுகளுடன் புதிய வாழ்வில் நுழைந்தாள். அங்கே அவளின் ஒவ்வொரு கனவும் முறித்துப் போடப்பட்டது. தன் கணவன் மிகவும் அன்பானவனாக இருக்க வேண்டும் என்று ஆசைப்பட்டவளுக்கு அவளின் தந்தையைவிட மோசமானவனாக அமைந்திருந்தான். அவன் வார்த்தைகள் சாட்டையடிகளாக விழுந்தன. அவனுடைய நடவடிக்கைகளில் எதுவுமே பிடிக்காமல் போனது. ஆனாலும் அவனோடு பொறுமையாக வாழ்ந்து நான்கு குழந்தைகள் பெற்றாள்.

வெளியே கடைக்காரர்களிடம், கார் டிரைவர்களிடம் என்று எவரிடம் பேசினாலும் அவனுக்குச் சந்தேகம். மனம் நொந்துபோன அவள் புகைப் பழக்கத்திற்கும், மதுப் பழக்கத்திற்கும் ஆளானாள். தினமும் குடித்தேயாக வேண்டும் என்கிற அளவுக்கு போதைக்கு அடிமையானாள்.

திடீரென்று உடல்நலம் கெட்டு அவளின் கணவன் இறந்தபோது அவள் அழவேயில்லை. மனதிற்குள் கொண்டாடியபடி வெளியே நாடகமாகவே துக்கமாய் இருந்தாள். உடனே இரண்டாம் திருமணம் செய்துகொண்டாள்.

புதிய கணவனின் செயல்களிலோ மர்மம் இருந்தது. அவன் இரவில் தாமதமாக வீட்டிற்கு வரத் துவங்கினான். அவனைத் தேடி காவல்துறை ஆசாமிகள் வந்து போனார்கள். அந்தத் துறையில் தனக்கு நண்பர்கள் இருப்பதாக அவன் சொன்னதை அவள் நம்பினாள்.

அவன் உடம்பிலிருந்து வீசும் பெண்கள் உபயோகிக்கும் செண்ட் வாசனைக்கு அவனால் விளக்கம் சொல்ல முடியாமல் அது என் பலவீனம் என்று ஒப்புக் கொண்டான். பிறகுதான் தெரிந்தது... அவனுக்குத் தினமும் விதவிதமான பெண்களைத் தொட்டாக வேண்டும் என்கிற உச்சமான காமம். அதற்குப் பணம் தேவை. பணத்திற்காக அவன் ரகசியமாக குற்றங்கள் செய்வான். விசாரிக்க வரும் அதிகாரிகளுக்கு லஞ்சம் கொடுத்து சமாளிப்பான்.

அவனும் திடீரென்று இறந்து போனான். உறவினர்கள் அவளின் நிலைக்காகப் பரிதாபப்பட்டார்கள். ஆறுதல் சொன்னார்கள். அப்போதும் அவள் திருமணத்தின் மீது தனக்கிருந்த நம்பிக்கையை மாற்றிக் கொள்ளவில்லை. மூன்றாவதாகவும் ஒரு கணவனைத் தேடிக் கொண்டாள்.

அவன் இவர்கள் போல இல்லை. அவனுக்கு ஒரே ஒரு பலவீனம்தான். அவனுக்கு தினம் சூதாடியாக வேண்டும். அதற்கு அவளின் நகைகள் முதலில் பலியாகின. பிறகு வீட்டில் இருக்கும் ஒவ்வொரு பொருள்களையும் எடுத்துச் சென்று விற்று விடுவான்.

மனம் வெறுத்துப் போன நேனிதாஸ் அவன் இறக்கக் காத்திருந்து கடைசி முயற்சியாக அடுத்தும் நான்காவதாக இன்னொருவனைத் திருமணம் செய்தாள். இந்தத் திருமணத்தில் பார்த்தால் அந்தக் கணவன் படு மக்கு. அவனோடு இருந்த அவனுடைய அம்மாதான் அங்கே இவளுக்கு வில்லி. சீரியல் மாமியார் போல அதிகாரம் செய்வதும் வேலைகள் வாங்குவதுமாக படுத்திக்கொண்டிருந்தாள்.

மன உளைச்சலுக்கு மருந்தாக தன் அம்மா வீட்டிற்குச் சென்றால் அங்கேயும் இவளை விமரிசித்து இவளின் அம்மாவும் கடுமையாகத் திட்டத் துவங்கினாள். தனது உடன் பிறந்த இரண்டு சகோதரிகளும் இவளின் வாழ்க்கையைக் கிண்டல் செய்தார்கள். பொது விழாக்களில் வைத்து இவளை அவமானப்படுத்தினார்கள்.

போதாக்குறைக்கு இவளுக்குப் பிறந்த இரண்டு பெண்களும் தாய் என்றும் பார்க்காமல் இவளை அலட்சியப் படுத்தினார்கள் எங்கும் மரியாதை இல்லை. எல்லோருக்கும் இவள் வாழ்க்கை ஒரு கேலிப் பொருளானது.

ஒரு சுபயோக சுப தினத்தில் இவள் தன் மாமியாருக்கு உணவில் விஷம் வைத்துக் கொன்றாள். முதலில் அது வெளியில் தெரியவில்லை. பிறகு காவல் துறையின் தீவிரமான விசாரணையில் உண்மை வெளிப்பட நேனிதாஸ் கைது செய்யப்பட்டாள்.

மேற்கொண்டு விசாரிக்கும்போதுதான் அதிர்ச்சிக்கும் மேல் அதிர்ச்சியாக தகவல்களைக் கொட்டினாள் நேனிதாஸ். மாமியாரைக் கொன்றது இவளின் முதல் கொலை இல்லை. அது பதினோராவது கொலை!

இவள் மனதைக் காயப்படுத்திய ஒவ்வொருவரையும் ரகசியமாக திட்டமிட்டு அது கொலை என்று வெளியே தெரியாதபடி கொலை செய்திருக்கிறாள். இவளின் நான்கு கணவர்களுக்குமே இயற்கை மரணம் நேரவில்லை. அத்தனை பேரையும் கொன்றிருக்கிறாள். கணவர்கள் மட்டுமல்ல... சொந்த தாய், இரண்டு சகோதரிகள், இரண்டு மகள்கள், ஒரு பேரன் உள்பட அவளுக்கு மன வருத்தம் கொடுத்த அத்தனை பேரையும் கொலை செய்திருக்கிறாள்.

இவளை விசாரித்த நீதி மன்றம் உச்சமான மரண தண்டனையைத் தர நினைத்து பிறகு... இவளின் சூழ்நிலை, மனநிலை எல்லாவற்றையும் கணக்கில் எடுத்துக்கொண்டு ஆயுள் தண்டனை வழங்கியது. சிறையில் இருந்தபோது ரத்தப்புற்று நோய் வந்து இறந்து போனாள் நேனிதாஸ்.

குற்றவாளிகள் பிறப்பதில்லை, உருவாக்கப்படுகிறார்கள் என்னும் கூற்றை இவள் வாழ்க்கை நிரூபித்தது. ஒரு மனநல கணக்கெடுப்பில் திருமணங்களில் தோல்வியைச் சந்தித்த பல பெண்கள் தங்களுக்குள் கொலை செய்யும் எண்ணம் வந்ததாக ஒப்புக் கொண்டிருக்கிறார்கள். அந்த எண்ணம் தீவிரமடைந்தால்... வாய்ப்பு அமைந்தால் செயலாகிறது.

* * *